அப்பாம்மை

அப்பாம்மை

காயத்ரி ஆர்

பிறகு

Title: Appamai
Author: Gayathri R

Published by Piragu Prachuram

Prachuram Prachuram
(An Imprint of Zero Degree Publishing)
No.55(7), R Block, 6th Avenue,
Anna Nagar,
Chennai - 600 040

website: www.zerodegreepublishing.com
E mail id: zerodegreepublishing@gmail.com
Phone: 8925061999

Piragu Prachuram First Edition: January 2025
ISBN: 978-93-95473- 49-1
TITLE NO PP: 22

Rs.120/-

Cover Design: Negizhan
Layout: Vidhya Velayudham
Printed at Rathna Offset Printers, Chennai, India

சாரு நிவேதிதாவுக்கு...

உள்ளே...

அப்பாம்மை - சொல்லித் தீராத கதைகள்

Tiphaine Samoyault எழுதியிருக்கும் ரொலாந் பார்த்தின் வாழ்க்கை வரலாறு என்னுடைய சிந்தனைப் போக்கில் ஏற்பட்டிருந்த வெகுநாள் சந்தேகம் ஒன்றைத் தீர்த்து வைத்தது. அடிக்கடி என் நண்பர்களிடமும் வாசகர்களிடமும் நான் சொல்லும் வாசகம் ஒன்று உண்டு. அது, என் எழுத்திலிருந்து நீங்கள் அறிந்து கொள்ளக் கூடியது பத்து சதம் என்றால் மீதி தொண்ணூறு சதம் என் வாழ்வில் இருக்கிறது. அது தீராததோர் உரையாடலாகத் தொடர்ந்துகொண்டே இருக்கிறது. சமீபத்தில்கூட ஒரு நாள் மாலை நான்கு மணிக்குத் தொடங்கிய உரையாடல் மறுநாள் காலை எட்டு மணிக்குத்தான் முடிந்தது. இந்த உரையாடல்களை நான் எழுதியதில்லை. என் கதை கட்டுரைகளிலும் எழுதியதில்லை. எழுதத் தெரியாது என்ற ஒரே காரணம்தான். எழுத்து என்பது அக்கினியில் குளித்து எழுவதைப் போன்றதும் மரணத்தை ஒத்ததுமான ஒரு தீவிரக் கணம். அங்கே உரையாடலுக்கு வழியில்லை. சந்தேகங்களைக் கேட்க முடியாது.

சிந்தனை வரலாற்றில் உரையாடலை முக்கியப்படுத்தியவர்கள் இரண்டு பேர்: பிளேட்டோ மற்றும் ரூஸ்ஸோ.

உரையாடலின் மூலம்தான் ஒரு மொழியின் பேச்சு வழக்கு செயல்படுத்தப்படுகிறது. பேச்சு வழக்கு என்பது குறிப்பிட்ட ஒரு இனம் அல்லது குழுவின் மொழி அடையாளம். அது மட்டும் அல்ல, இது அந்த இனம் வாழும் நிலம்/ இடம், அது சார்ந்திருக்கும் வர்க்கம் போன்றவற்றையும்

அடையாளப்படுத்தக் கூடியது. இரண்டு உதாரணங்கள்: சென்னையின் பேச்சு வழக்கு. நான் பிறந்து வளர்ந்த நாகூர் முஸ்லிம்களின் பேச்சு வழக்கு. இந்தப் பேச்சு வழக்குகளை எழுத்தில் கொண்டு வருவது கடினம். எழுத்தில் காண இயலாத எண்ணற்ற லாகவங்களையும், சௌந்தர்யங்களையும், நுணுக்கங்களையும், நையாண்டிகளையும் கொண்டது பேச்சு வழக்கு.

உலகின் பல்வேறு இனக்குழுக்களுக்கு இருக்கும் பேச்சு வழக்கைப் போலவே பிராமண சமூகத்துக்கும் தனிப்பட்ட பேச்சு வழக்குகள் இருந்தன என்பது நமக்குத் தெரியும். அதே சமயம் பிராமண சமூகமாகவே இருந்தாலும் நிலம் சார்ந்து பேச்சு வழக்கில் பெருத்த வேறுபாடுகள் இருந்தன. உதாரணமாக, தஞ்சாவூர் பிராமண வழக்குக்கும் பாலக்காட்டு பிராமண வழக்குக்கும் துருவ வித்தியாசங்கள் உண்டு.

இந்தப் பின்னணியில் காயத்ரியின் இந்தச் சிறுகதைத் தொகுப்பில் உள்ள இரண்டு சிறுகதைகள் மிகுந்த முக்கியத்துவம் கொண்டவை. அக்கதைகளில் இடம் பெறும் உரையாடல்களின் மூலம் சென்ற தலைமுறையின் பேச்சு வழக்கு இலக்கியத் தகுதியைப் பெறுவதோடு அல்லாமல் அத்தலைமுறையின் வாழ்வும் பதிவு செய்யப்பட்டு விடுகிறது. நான் உதாரணங்கள் தரப் போவதில்லை. அதை வாசகரே படித்துத் தெரிந்து கொள்ளலாம் என்பதால்.

இந்தப் பேச்சு வழக்கு இப்போது புழக்கத்திலிருந்து மறைந்து விட்டது என்பது இதன் முக்கியத்துவத்தை இன்னும் அதிகரிக்கிறது. ஐம்பது ஆண்டுகளுக்கு முன்பு தமிழ் சினிமாவில் வரும் விளிம்பு நிலை மனிதர்கள் கூட பிராமணப் பேச்சு வழக்கிலேயே பேசுவார்கள் என்பது வரலாறு. அதை விட வேடிக்கை என்னவென்றால், சமகாலத் தமிழ் இலக்கியத்தில் என் ஆசான் எனக் கருதும் அசோகமித்திரனின் கதைகளில் வரும் மீனவர்கள் கூட பிராமணரைப் பேச்சு வழக்கிலேயே பேசுவார்கள்.

அதுதான் இன்று பொதுவாழ்விலும் இலக்கியத்திலும் பிராமணப் பேச்சு வழக்கு முற்றிலுமாகக் காணாமல் போய் விட்டதன் காரணம் என நான் கருதுகிறேன். பிராமண

சமூகத்தைச் சேர்ந்த ஒன்றிரண்டு எழுத்தாளர்கள் கூட இன்று பொதுப் பேச்சு வழக்கிலேயே எழுதுவதன் பின்னணி இதுதான். அதாவது, ஒரு இனத்தின் கலாச்சார அடையாளம் முற்றிலுமாக அழிந்து போனால் அந்த அழிவுக்கான ஆதார காரணங்களை அந்த இனமேதான் தன்னிடத்தில் கொண்டுள்ளது என்பது விதி. அப்படி அல்லாமல், ஒருவேளை அந்த எழுத்தாளர்கள் என்னைப் போலவே ஒரு பொதுமொழியில் எழுதுவதை பிரக்ஞாபூர்வமாகவே தேர்ந்து கொண்டும் இருக்கலாம். என்னைப் பொருத்தவரை, எனக்கு ஒரு எழுத்தாளனுக்கு அடிப்படைத் தேவையான அவதானம் இல்லை என்பதுதான் நான் ஆரம்பத்திலிருந்து இன்று வரை பொதுத்தமிழில் எழுதுவதன் காரணமாக இருக்கலாம்.

- சாரு நிவேதிதா

அப்பாம்மை

ராம ராம ராம சீதா ராம ராம ராம் என்று ஒரு மாமி இழுத்து இழுத்துப் பாடிக் கொண்டிருந்தாள். மல்லி முல்லை ரோஜா மாலைகளின் மணம் எதுக்களிக்க அப்பாம்மை கால் நீட்டி கூடத்தில் சவமாய்ப் படுத்திருந்தாள். அவளுக்குப் பிடித்த பச்சையில் நீல பார்டர் புடவையிலேயே உயிரை விட்டிருந்தாள்.

அண்மைக் காலத்தில், காலையில் குளித்துவிட்டு புடவையை உடுத்திக்கொண்டு வெளியே வரும்போதெல்லாம் ‘இந்தப் புடவையில் தேகாந்தமோடி’ என்று மெல்லக் கேட்டு ஓரப் புன்னகை புரிவாள்.

‘ஏன் அப்பாம்மை இப்போ...’ என்று இழுத்தால்,

‘போறது போறோம். அச்சுபிச்சாட்டமா ஹாஸ்பிடல்ல அந்த ஐப்ளாவை மாட்டிண்டு போகப்படாது. நன்னா அழகா உடுத்திண்டு இருக்கும்போது மூச்சை விட்டூடணும்’ என்பாள். அப்படியே நடத்திக் கொண்டும் விட்டாள். அன்று காலை இரண்டு தோசை சாப்பிட்டுவிட்டு என் மாமியாரிடம் ஹார்லிக்ஸ் தரும்படி கேட்டிருக்கிறாள். என் மாமியார் கொண்டு வந்து கொடுக்கும்போது தன் பக்கத்தில் அமரும்படி சொல்லிருக்கிறாள்.

'எனக்கு என்னவோ பயமா இருக்குடி தங்கம்' என்று சொன்னவள் மாமியாரைக் கட்டிக்கொண்டே உயிர் நீத்திருக்கிறாள்.

பின் தெருவிலும் ஒரு இளவட்ட பயல் ஆஸ்துமாவால் அதே நாள் இறந்து போயிருந்தான். அவன் சாவுக்கு வந்த பலர்,இந்த வீட்டின் முன் இருந்த ஷாமியானாவைப் பார்த்து, எங்கள் வீட்டுக்கு மாரில் அடித்துக் கொண்டு வந்து, மடிசார் கட்டிக் கொண்டு அமைதியாக படுத்துக் கிடக்கும் கிழவியைப் பார்த்தவுடன் 'என்னடி கெரகமிது' என்று விழித்துவிட்டு, நான் விளக்கி வழி சொன்னவுடன் விறுவிறுவென்று திரும்பி வாசல் தாண்டி மறுபடி நெஞ்சிலடித்துக் கொண்டு ஓடினர்.

பத்து பெண்கள், மூன்று ஆண்கள் என்று சோடை போகாத பதிமூன்றை கனஜோராகப் பெற்றுப் போட்டு வாழ்வாங்கு வாழ்ந்து குடும்பம் நடத்தி கண்ணை மூடியிருக்கிறாள் அப்பாம்மை. என் மாமனார் முதல் பிள்ளை என்பதால் அவரோடுதான் கடைசி வரை ஜாகை.

'என் பேரனுக்கு என்னவாக்கும் கொண்டு வந்தாய்?' என்று மலையாளம் சுழைக்க அவள் கேட்ட கேள்விதான் என்னிடம் அவள் கேட்ட முதல் கேள்வி.

'தோ, நானே வந்திருக்கேனே, போறாதா பாட்டி' என்றேன்.

'ஓ! பாட்டி என்னவாம் பாட்டி, அப்பாம்மைன்னு கூப்பிடு. நம்மாத்துல அது வழக்கமில்ல, கேட்டயா?'

'அது என்ன ஆப்பமாவுங்கற மாதிரி ஒரு வார்த்தை?' என்று இவரிடம் கிசுகிசுத்தால்,

'விடேன். இது ஒரு பிரச்சினையா' என்றார்.

ஏதேனும் சேர்ந்தாற் போல நான்கு நாட்கள் விடுமுறை வந்தால் மாமனார் வீட்டில் என்னைக் குழந்தையோடு இறக்கிவிட்டுவிடுவார்.

காதில் எட்டுக்கல் வைரத்தோடு, வைர மூக்குத்தி டாலடிக்க,லாலீ பீலீ என்றில்லாமல் அம்பாளுக்குக் கட்டின மாதிரி அம்சமாக தழையத் தழைய கட்டியிருப்பாள் மடிசார்ப் புடவையை.

'எப்படி இப்படிக் கட்டிக்கறேள் அப்பாம்மை?'

ஒரு புன்சிரிப்புடன் மென்குரலில் 'நேக்கு பதினொரு வயசுல கல்யாணம். இத்தர வருஷத்துல இதுகூடத் தெரியலைனா எப்படிடீ கோந்தே?' என்று கடந்து போவாள்.

அவர் அதிர்ந்து பேசிக் கேட்டதேயில்லை. எனக்கென்னவோ அப்பாம்மையைப் பார்த்தால் அந்தக் காலத்து சினிமாவில் வரும் பெண் தெய்வங்கள் ஞாபகத்துக்கு வருவார்கள். அந்தப் பதவிசு, அந்த நளினம், அந்தப் புன்சிரிப்பு, எப்படி இவளால் இப்படி இருக்கமுடிகிறது என்ற வியப்பு...

என் வீடு நேர்எதிர். அத்தனையுமே கோரோஜனை முழுங்கிய உருப்படிகள்.

'ஏய் திம்ரு சீதா, திம்மு திம்முன்னு நடக்காத, ஒரு பய வரமாட்டான் உன்னைக் கல்யாணம் பண்ணிக்க' என்று என் பாட்டி கத்துவாள்.

'உன்னக் கல்யாணம் பண்ணிண்டாரே தாத்தா, அதே போல ஒரு மஹானுபாவர் எனக்கும் எங்கயானும் பொறந்திருப்பார்' என்று நான் பதிலுக்கு அடுத்த அறையிலிருந்து கத்துவேன்.

காலையில் மாலையில் என்று இருவேளை குளித்து அழகாகப் புடவை கட்டிக்கொண்டு, கண்ணாடியில் பார்த்து பவுடர் பூசி, தலையை வாரி கொண்டையிட்டுக் கொண்டு அப்படியும் இப்படியும் பார்த்து பளிச்சென்றுதான் இருக்கிறோம் என்று திருப்தி வந்த பின்னரே அறையைவிட்டு வெளியே மிதந்து வருவாள். நான் வாயைப் பிளந்து பார்த்துக் கொண்டிருப்பேன்.

'இதிலெல்லாம் ஒண்ணும் குறைச்சலில்லை உங்க அப்பாம்மைக்கு' என்று என் மாமியார் தோளை இடிப்பாள். என் மாமியார் என்று வந்துவிட்டால் அப்பாமைக்கு சிறிது தீசல் புத்தி இருந்தது என்னவோ உண்மைதான். தோசையில் நிறைய எண்ணெய் விட்டு வார்த்திருக்க வேண்டும். உப்புமாவில் நெய் மிதக்க வேண்டும். சாப்பிட உட்கார்ந்தவுடன் கையால் அளைந்துவிட்டு பிடிக்கவில்லையென்றால் நான்கு நாட்களாக டப்பாவில் இருக்கும் முட்டைக்கோஸ் பொரியலை அவள் மூக்கின் முன் நீட்டியதுபோல் சுளித்துக்கொண்டே சாப்பிடுவாள்.

'அம்மா, நன்னாயில்லையா? உங்களுக்கு வேற பண்ணித் தரட்டுமா?' என்று கேட்கும் என் மாமியாருக்கு பதில் சொல்ல மாட்டாள். இந்த மாதிரி சமயங்களில்தான் அவள் மேல் கோபம் கோபமாக வரும்.

'இப்பவே இப்படி இருக்காளே, நான் கல்யாணமாகி வந்தப்போ தாத்தா இருந்தார். கொண்டையைச் சுத்திப் பூ இல்லாமல் கிழவியைப் பார்க்கவே முடியாது. அதே போல மருதாணி. இப்போ கூட பூவும் பொட்டும்தான் இல்லையே தவிர மருதாணி வச்சாகறதே. ஆம்படையான் போன பிறகு எங்காத்துல யாரும் மருதாணி வச்சுண்டு இவ்வளவு வளையல் எல்லாம் அடுக்கிண்டு இருக்க மாட்டா' என்று என் மாமியார் நொடிப்பாள் தன் பிறந்த வீடு சொர்க்கலோகமாக்கும் என்று ஸ்தாபித்தபடி.

'இப்பவும் பாரு கதவை மூடிகிண்டு அலங்கார அழிச்சாட்டியம் நடந்தாறது. அவளோட ஆலிலை வயித்தை ஆரும் பார்த்துடக் கூடாது பாரு' என்று பொருமும் என் மாமியார் சபை நிறைந்து இருப்பாள். இரண்டு தப்படி வைத்தாலே என் மாமியாருக்கு மூச்சு வாங்கும். அப்பாம்மையோ அவள் சொல்வதுபோல் சிலுவானமாக இருப்பாள்.

'ஆனா அப்பாம்மை செமயா உடம்ப மெயிண்டைன் பண்ணிருக்கா அம்மா' என்று நான் சொன்னால் போதும் பொசபொசவென்று வரும் என் மாமியாருக்கு.

'ஆமாண்டி, அவருக்கென்ன, சஞ்சித, ஆகாமி, ப்ராரப்த கர்மாக்கள் எல்லாம் நன்னாருக்கு' என்று அவர் தவம் போல் உடம்பைப் பார்த்துக் கொள்ளும் காரியங்களுக்கு கர்மாக்களை கைகாட்டி விடுவார்.

'மாராப்பை சரியாப் போடு. அழகா உடம்பை மறைச்சு கட்டிக்கோ புடவையை. கணுக்காலுக்கு மேலே கைகளும் முகமும் மட்டும்தான் வெளியே தெரியணும் பொம்மனாட்டிகளுக்கு' என்று திட்டுவாள் அத்தைகளை.

'ஆ அம்ம்மா, எழுந்து வா, எழுந்து வா' என்று சின்ன அத்தை அலப்பறை செய்து கொண்டிருந்தாள். கடைசி சித்தப்பாவைத் தவிர அனைவரும் இருந்தார்கள். அவரின் வரவுக்காக காத்திருந்தோம்.

'சனிப் பொணம் தனியாப் போகாதுன்னு சொல்றாப்போல பின்வீட்டுக் குழந்தையையும் கூட்டிண்டு போயிட்டேளே' என்று அரற்றி என் மாமியார் இத்தனை வருட காயங்களுக்கு கொஞ்சம் மருந்து போட்டுக் கொள்ள, அத்தைகள் அனைவரின் சுடு பார்வையையும் ஒரே சமயத்தில் வாங்கிக் கொண்டாள்.

'ஆ... எங்கம்மாவோட பெரும எல்லாருக்குமா தெரியறது, அந்தப் புள்ளைக்குத் தெரிஞ்சிருக்கு.

கூட்டிண்டு போயிடுத்து' என்று பெரியத்தை கத்தி வீசினாள்.

'கோந்தே, உங்காத்துல எச்சப் பண்ணி சாப்பிடப்படாதுன்னு பெரியவா சொல்லித் தரலியா?' என்று கடித்துக் கடித்து ஆனந்தமாக கடலை உருண்டை சாப்பிட்டுக்கொண்டிருந்த என் முன்னால் அப்பாம்மை புன்சிரிப்புடன் நின்றாள்.

'அது வந்து... பின்ன எப்படி சாப்பிடறது அப்பாம்மை?'

என் வீடு எதிலும் சேர்த்தியில்லை. எல்லாப் பழக்கமும் கலந்து கட்டிய வீடு. என் பாட்டி மடிசார் கட்டிக்கொண்டு பால்கார கவிதா வீட்டின் திண்ணையில் காலை நீட்டிக் கொண்டு கண்டாங்கி சேலை கட்டிய தன் தோழி கவிதாவின் பாட்டியோடு பேசுவதைக் கேட்க வேண்டுமே.

'ஏனுங்க, கோணப்புளியங்கா மரத்துல இந்த தடவ நல்லா புடிச்சிருக்குதல்லோ' என்பாள்.

'கவிதா தங்கம், கொஞ்சம் கோணப்புளியங்கா தட்டிக் குடு. மாமிக்குப் பிடிக்கும்' என்பாள் கவிதாவின் பாட்டி.

'ஆமா புள்ள. ரொம்ப நாளாச்சு. ஏனுங்க கவிதா பாட்டி, இந்தப் பக்கம் தடம் இருக்குதுங்களா?' என்பாள் என் பாட்டி. என் பாட்டியைப் பார்க்காமல் அவள் பேசுவதை மட்டும் கேட்டால் அச்சு அசல் கொங்குநாட்டு கண்டாங்கி சேலைப் பாட்டி பேசுவதைப் போலவே இருக்கும்.

அநாவசியமாக ஏன் என் குடும்பத்தை அவர்கள் வாயில் கொண்டு போட வேண்டும் என்பதற்காக அன்றிலிருந்து அப்பாம்மை முன் கடித்துச் சாப்பிடும் எந்த ஒரு பதார்த்தத்தையும் ஆசை இருந்தாலும் சாப்பிடுவதில்லை.

ஒரு வழியாக சித்தப்பா வந்து சேர்ந்தார்.

'ஆம்பிளைகள் எல்லாரும் வெளியே போங்கோ, மாமி நீங்க குளிப்பாட்டி வேற துணி மாத்தறதா இருந்தா மாத்திக் கொண்டு வாங்கோ' என்று காரியம் செய்யும் வாத்தியார் சொல்ல, ஆண்கள் அவ்விடத்தை விட்டு அகன்றார்கள்.

மகள்கள், பேத்திகள், மருமகள்கள் என்று ஒரு பெருங்கூட்டமே அந்த அறையில் குழுமியிருக்க, பெரியத்தை விறுவிறுவென்று அப்பாம்மையின் புடவையை உருவினாள். எனக்கு முகம் மாறிற்று, சிவந்தது. விழிகளில் அத்தனை நேரம் வராத கண்ணீர் உறுத்திற்று.

'அத்தை, போறும். அப்பாம்மையோட முழங்காலைக் கூட நாம பார்த்ததில்லை. அவள் அவ்வளவு நாசூக்கு. டிக்னிஃபைடா அவள் போய்ச் சேரட்டும்.'

என் மாமியார் சற்று எரிச்சலுடன் என்னைப் பார்த்தார். 'வழிவழியா வரதுதான். நடுவுல நீ பூந்து நாட்டாம பண்ணாத. என்னமோ எங்களுக்கு ஆசையாட்டம்.'

ஆனால் ஆசையுடன் சிறிது வன்மமும் இருந்தது போலத்தான் தோன்றியது. அவள் ரவிக்கையையும் கழற்றி அவளை அம்மணமாக்க, அங்கிருந்து அகல முயற்சித்தேன்.

'எங்க போற? ஆத்துக்கு முதல் பேத்தி மாட்டுப்பொண். வா வந்து குளிப்பாட்டு' என்று ஒரு குரல் அதட்ட கையறு நிலையில் அவள் அருகே சென்றேன்.

லா.ச.ரா.வின் *துளசி* கதை ஞாபகம் வந்தது. அப்பாம்மை, நீ சமுத்திரம். எத்தனை அம்சம், எவ்வளவு நாசூக்கு, என்ன அடக்கம்... தங்களுக்கு வாய்க்கப் பெறாத குணமொன்று மற்றவர்களுக்கு வாய்த்து விட்டால் அவர்கள் சறுக்கும் நேரம், அல்லது அவர்களால் ஒன்றும் செய்ய முடியாத

நேரத்துக்கு காத்துக் கொண்டிருக்கிறது இவ்வுலகம். தாயானாலும் தங்களுக்கே தெரியாத குரோதத்தோடு சடங்கு என்ற பெயரில் மானத்தை உருவக் காத்துக் கொண்டிருக்கிறது.

அப்பாம்மை, நீ ஏதாவது விபத்தில் போயிருக்கலாம் அல்லது ஏதாவது தொற்று நோயில்... அவளின் முகத்தில், உலர்ந்த திராட்சை போன்று சுருங்கிய முலைகளில், அவள் நாபியில் தண்ணீர் ஊற்றிக் கொண்டே...

'போறும், ராஜி நீ வா...' என் கையிலிருந்த சொம்பு பிடுங்கப்பட்டது. நிமிர்ந்து பார்த்தால் பக்கத்து வீடு, எதிர் வீட்டுப் பெண்களும் ஜன்னலில் அப்பாம்மையைப் பார்த்து உச்சுக் கொட்டிக் கொண்டிருந்தார்கள். கோபம் அடி வயிற்றிலிருந்து வந்தது.

'ஏங்க, இது வீட்டுப் பெண்கள் மட்டும் கலந்துக்கற சடங்கு. போங்க...' என்று கடுமையாகச் சொல்லி ஜன்னலைச் சாத்தினேன். பெரியத்தை அப்பாம்மையின் பிறப்புறுப்பில் சாணத்தை அப்பி 'வெட்டியான் பாத்துடக் கூடாது' என்று சொல்லி புடவை கட்டத் தயாரானாள்.

'க்ரிமடோரியம் அத்தை' என்ற என் குரல் அந்தப் பரபரப்பில் அடங்கிப் போனது.

வாய்க்கரிசி போட்டு, பந்தம் பிடிக்க கொள்ளுப் பேரனையும் ஏற்றிக் கொண்டு வண்டி மயானத்துக்குப் போன பிறகு, அப்பாம்மை தினமும் ஆசையுடன் பறிக்கும் பவழமல்லி மரத்தடியில் அமர்ந்தேன்.

'தாத்தா சொல்லிருக்கா அசாம் பக்கத்துல செத்தவாளுக்கு இதை மாலையாப் போடுவாளாம். இந்த மரத்துல ஒரு சோகம் இழையோடல? யார் கூடவும் சேராம தனியா, அடக்கமா ராத்திரி பூத்து கார்த்தால கொட்டறது?

என்னமோ கோந்த, இந்த மரம் எனக்கு உடம்பொறந்தா மாதிரி...'

ஐயோ! இனி அப்பாம்மைனு நினைச்சாலே நரைத்த முடியுடன் கூடிய அவள் பொன்னுடம்புதானே ஞாபகத்துக்கு வரும்... நான் மரத்தடியில் குழந்தையாட்டம் கேவிக் கேவி அழுததைக் குளித்துவிட்டு வந்த பெண்கள் விசித்திரமாகப் பார்த்துக்கொண்டு சென்றார்கள்.

*

(மே 21, 2021)

நுண்மை

நசநசவென்று இருந்தது கவிதாவுக்கு. அவளுடைய உடை தொப்பலாக வியர்வையில் நனைந்திருந்தது. டஃபில் பேகிலிருந்த மாற்றுடையை எடுத்துக் கொண்டு வருணுடைய டான்ஸ் ஸ்டுடியோவின் மேலே இருந்த ராகேஷின் ஜிம்மில் அனுமதி பெற்று ஒரு குளியல் போட்டு உடை மாற்றி வந்தாள். மலேஷியாவில் நடக்கப் போகும் நட்சத்திர இரவு நிகழ்ச்சிக்காக நடனப் பயிற்சி தினமும் நடந்து கொண்டிருந்தது. அவளுடன் ஆடுபவர்கள் எல்லோரும் அவளுக்குப் புதியவர்கள். இதற்கு முன்னால் அவர்கள் யாரையும் அவளுக்குப் பரிச்சயம் இல்லை. டான்ஸ் ஸ்டுடியோவை விட்டுத் தளர்வாக வெளியே வந்தாள்.

கவிதா இப்போதுதான் சினிமாவில் காலூன்ற ஆரம்பித்திருக்கிறாள். வெண்ணிலவே முகம் காட்டு படத்தில் ஹீரோயினுக்குத் தோழியாக நடித்திருந்தாலும் காத்திரமான பாத்திரப் படைப்பு. அந்தப் படம் அமோக வெற்றி பெற்றதால் மக்கள் இப்போது அவளை அடையாளம் கண்டுகொள்கிறார்கள். படங்களில் நடிக்க வாய்ப்பும் வந்து கொண்டிருக்கிறது. வெ.மு.கா.வுக்குப் பிறகு அவளது வாழ்க்கை சட்டென்று மாறிப் போனது.

ஒரு மென்பொருள் நிறுவனத்தில் இஷ்டமில்லாமல் வேலை பார்த்துக்கொண்டிருந்தாள் கவிதா. அன்று எப்போதும்போல் ராகேஷின் ஜிம்முக்குப் போனவளை கீழே டான்ஸ் ஸ்டுடியோவுக்கு வந்திருந்த ஒரு வளர்ந்து வரும் இயக்குநர் ஒருவர் பார்த்து நடிக்க முடியுமா என்று கேட்க அவளுடைய சினிமா பயணம் ஆரம்பித்தது. முதலில் தயங்கினாலும், அந்த வெளிச்சம், ஒப்பனை, சக நடிகர்கள், அவர்களது அலட்டலான அணுகுமுறை எல்லாமே அவளுக்குப் பிடித்திருந்தது. அவளால் மிகச் சுலபமாக கஷ்டப்படாமல் நடிக்க முடிந்தது. அவளுக்கு மிகப் பெரிய எதிர்காலம் இருப்பதாக பார்ப்பவர்கள் அனைவரும் கூறினார்கள்.

'எவனும் தப்பா நடக்கலைல்ல' என்று கேட்ட வருணிடம் 'சத்தியமா இல்லைணா. யாரும் தப்பாகக் கூடப் பார்க்கலை. வெளிய எவ்வளவு கேள்விப்படறோம். பயத்துடன்தான் போனேன். ஆனா அப்படியொண்ணும் இல்லை... இல்ல, எனக்கு இப்ப வரைக்கும் ஏற்படல.'

'நீயா சான்ஸ் கேட்டு போகலைல. அதனாலயா இருக்கும். அதுவுமில்லாம டான்ஸ் மாஸ்டர் வருணோட ஃபிரண்டுன்னு கூட பேசாம இருந்திருக்கலாம். நம்ம ஊர் மாதிரி இல்லப்பா. இங்க ஜாக்கிரதையா இருக்கணும். காம்ப்ரமைஸ் பண்ணி நடிக்கணும்னு அவசியமில்லைனு நான் நினைக்கறேன்... என்ன' என்றான் சென்னையில் அவளுடைய ஒரே தோழனான வருண். அவளை விட பதினைந்து வயது பெரியவன்.

'சரிதான். கவனமா இருக்கேன்.'

மணி ஒன்பது. முந்தின தினம் அமாவாசையாதலால் இரும்பு தோசைக்கல் போல் இருட்டு பரவியிருந்தது. 'கொஞ்ச நேரம் வெயிட் பண்ணு, இந்த பேட்ச்சை முடிச்சுட்டு நான் வேணா ட்ராப் பண்றேன்' என்றான்

வருண். ஆனால் 'பாவம். அடையாறில் என்னைக் கொண்டு வந்து விட்டுவிட்டு மறுபடி கஸ்தூரி ரங்கன் ரோடிற்கு வரவேண்டும்' என்று நினைத்தபடி 'வேண்டாம், ஊபரில் போயிடுறேன்' என்றாள்.

'சரி, போய் சேர்ந்து மெசேஜ் பண்ணு. அண்ட் வண்டி ட்ராக்கிங் நம்பர் அனுப்பு' என்றான்.

'சரி' என்று சொல்லிவிட்டு வாசலில் இருந்த காவலாளியைப் பார்த்து புன்னகைத்தபடியே வெளியே வந்தாள்.

'ஊபர் ஷேரில் போய் விடலாம். எல்லாம் சரியாக நடந்தால் அடுத்த வருடம் எனக்கே எனக்கான காரும் டிரைவரும் இருப்பார்கள்' என்று நினைத்துக் கொண்டாள் கவிதா. தெருவில் ஆள் நடமாட்டம் அதிகமாக இல்லை. பொதுவாகவே கஸ்தூரி ரங்கன் தெருவில் ஆள் போக்குவரத்து சீக்கிரம் அடங்கிவிடும். எட்டு மணிக்கு மேல் வெளியில் நின்றால் வேறு ஏதாவது நினைத்துக் கொள்ளவும் வாய்ப்புண்டு. அந்தத் தெருவின் ஓரத்தில் ஓரிரு பெண்கள் தினமும் எட்டு மணி வாக்கில் அலங்காரத்துடன் நின்று கொண்டிருப்பதைப் பார்த்திருக்கிறாள். அதனாலேயே இருட்டிய பிறகு அந்த இடத்தில் வெளியே நிற்க சங்கடமாக இருந்தது அவளுக்கு.

மதிலுக்கு உள்ளேயே நின்றுகொண்டு ஊபர் ஷேர் அழைத்தாள். அந்த இணைப்பை வருணுக்கு அனுப்பினாள். ஊபர் ஷேரில் தன்னைத் தவிர ஒன்றோ இரண்டோ பேர் இருப்பார்கள். தனியாக பயப்பட்டுக் கொண்டு போகவேண்டாம் என்று நினைத்தாள்.

ஜிபிஎஸ்ஸில் டாக்ஸி அந்த தெருவுக்குள் நுழைவது தெரிந்ததும் வெளியே வந்தாள். எதிர்பக்க நடைபாதையில் அவ்வப்போது கொய்யாப் பழக்கடை

போடும் தாட்டியான பெண்மணி கடையை ஏறக்கட்டிக் கொண்டிருந்தார்.

சிறிது நேரத்தில் ஒரு வெள்ளை எடியோஸ் வந்தது. பின் சீட்டில் ஒரு பெண்ணும் முன் சீட்டில் ஒரு இளைஞனும் இருந்தார்கள். ஏறும்போது முன் சீட்டில் இருந்த இளைஞன் அவளை உற்றுப் பார்த்தான். வண்டியினுள் உட்கார்ந்தாள். பின் சீட்டில் இருந்த பெண் புன்முறுவல் செய்ய கவிதாவும் பதிலுக்கு முறுவலித்தாள். அப்பெண்ணிற்கு நாற்பத்தைந்து வயதிருக்கும். 'பீபா சல்வார், ஃபாசில் ஹாண்ட்பேக், ஆளும் நன்றாகத்தான் இருக்கிறாள்' என்று கவிதா நினைத்தாள். முன் சீட்டு இளைஞன் திரும்பித் திரும்பி இரண்டு முறை கவிதாவைப் பார்த்தான். சுருள் சுருளான தலைமுடியுடன், வெளுப்பாக இருந்தான். கவிதாவைவிட ஓரிரண்டு வயது அதிகமாக இருக்கலாம். இருபத்தெட்டு அல்லது இருபத்தொன்பது?

'ஹே! நீங்க வெண்ணிலவே முகம் காட்டுல நடிச்ச கவிதா தான?' என்றான். கவிதா புன்னகையுடன் 'ஆமாம்' என்றாள்.

'நீங்க ஊபர் ஷேர்லயா? எப்படி? உங்களுக்கு வண்டி இல்லையா' என்று கேட்டான். கவிதாவுக்கு எரிச்சலாக வந்தது.

'இதென்ன வேண்டாத கேள்வி?' பதில் சொல்லாமல் புன்னகைத்தாள்.

முன் சீட்டு இளைஞன் சளசளவென்று விடாமல் சினிமாவைப் பற்றிப் பேசிக் கொண்டும் கேள்வி கேட்டுக்கொண்டும் வந்தான்.

பின் சீட்டுப் பெண் கைபேசியை நோண்டிக் கொண்டு தன் உலகில் சஞ்சரித்திருந்தாள். இம்மாதிரி சமயங்களில் கைபேசி எவ்வளவு பெரிய வரப்பிரசாதம்.

பிடிக்காவிட்டாலும் இசை கேட்கும் பாவனையுடன் தன் இயர் போனை எடுத்து காதில் மாட்டிக் கொண்டாள்.

சி.பி.ராமசாமி ரோடில் இருக்கும் கீர்த்திலால் ஜுவல்லரியின் எதிர்பக்கத்தில் பின் சீட்டுப் பெண் இறங்கினாள். 'ஐயோ, இரண்டு ஆண்களுடன்...' என்று அவள் சன்னமாகப் பதறியது ஓட்டுநருக்குத் தெரிந்ததோ என்னவோ, 'மேடம், அடுத்தது உங்களை விட்டுறேன் அஞ்சு நிமிஷத்துல' என்று ரியர் வ்யூ மிரரில் அவளைப் பார்த்தபடி சொன்னார்.

அந்த இளைஞன் இன்னும் பேச்சை நிறுத்தவில்லை. தனக்கு சினிமா தண்ணீர் பட்ட பாடாக்கும் என்று அலட்டினான். பாலு மகேந்திராவும், மணி ரத்னமும், குரசோவாவும், ஹொடரோவ்ஸ்கியும் அவனிடம் அரைபட்டு மிதிபட்டனர்.

"ரெண்டு மணி நேரப் படம் எல் தோபோ. கண்ணை எடுக்கலையே ஸ்க்ரீனை விட்டு. கன்னாபின்னானு கனவு கண்ட மாதிரி அதே சமயம் ஒரு ஒழுங்கோட, பிச்சுட்டான் பிச்சு...பாத்துருக்கீங்களா நீங்க...?"

> *இஸபெல் அட்ஜானியோட La journée de la jupe பார்த்திருக்கியாடா நீ மயிரு.*

'சாரிங்க. தமிழ் படம் தவிர எதுவும் பார்த்ததில்ல' என்ற அவளின் வார்த்தைகளில் அடக்கிய கோபம் தெரிந்தது. அவன் அவளை ஒரு வேற்றுலக ஜந்துவைப் பார்ப்பதுபோல் பார்த்து விட்டு 'இந்த பாலுஊ...' என்று தொடர்ந்தான்.

அவன் தலைமுடியைப் பிடித்து இழுத்து 'வாயை மூடறியா?' என்று கத்த வேண்டும்போல் இருந்தது கவிதாவுக்கு.

தன் அபார்ட்மெண்டுக்கு இரு வீடுகள் தள்ளியே நிறுத்தச் சொல்லி இறங்கிக் கொண்டாள். 'பை மேடம்.

பார்த்ததுல சந்தோஷம். ராத்திரி நேரத்துல பயமில்லாம வறீங்க இப்படி ஊபர்ல. பழகியிருக்கும் உங்களுக்கு. இல்ல' என்று ஆங்கிலத்தில் கேட்டு அசிங்கமாகச் சிரித்தான். அவனுக்கு பதில் சொல்லாமல் ஓட்டுநரிடம் 'கார்ட்ல பே பண்ணிட்டேன்' என்று சொல்லிவிட்டு கார் கிளம்பியதும் மெல்ல நடந்து தன் அபார்ட்மெண்ட் லிஃப்டில் ஏறினாள்.

இருட்டி விட்டால் ஆண் பிள்ளை யாரையாவது துணைக்கு அனுப்பாமல் வெளியில் செல்ல விட மாட்டாள் அவள் அம்மா. உடுமலைப்பேட்டையிலிருந்து சென்னைக்கு வந்து வேலை செய்வதே அவள் அம்மாவுக்குப் பிடித்தமில்லை. அந்த ஊரில் தன் படிப்புக்கு ஏற்ற வேலை இல்லையென்றும் தனக்கு நிறைய இன்னும் கற்றுக் கொள்ள ஆசை, ஆனால் அங்கிருந்தால் அது நிறைவேறப் போவதில்லை என்றும் அம்மாவுக்குச் சொல்லிப் புரிய வைத்தாள் கவிதா. பக்கத்து வீட்டு ராஜியின் அப்பாம்மையும் கவிதாவின் எண்ணத்துக்கு துணை நிற்க, அவ்வளவு வயதானவர் சொல்கிறாரே என்று அரை மனதுடனும், தினமும் வீடியோ கால் செய்ய வேண்டும் என்ற நிபந்தனையுடனும் அவள் அம்மா அனுப்பி வைத்திருந்தாள். அப்படி ஒன்றும் அவள் தனியாக இல்லை. மாதம் ஒரு வாரம் அவள் அம்மா வந்து அவளுடன் தங்குவார். ஒரு வாரம் அவள் அப்பா இருப்பார். மட்டுமில்லாமல் அவ்வப்போது உடுமலையிலிருந்து குறிஞ்சி துணிக்கடை கட்டப்பையில் அவளுக்குப் பலகாரங்களை எடுத்துக் கொண்டு சென்னை வரும் சொந்தங்களுக்கு அவள் வீடுதான் சத்திரம் என்றாகிப் போனது.

சிறு ஊரிலிருந்து வந்திருந்த கவிதாவுக்கு இன்னும் சென்னையும் அதன் இளைஞர்களும் தந்த பிரமிப்பும் சிறு கலவரமும் கிட்டத்தட்ட ஒரு வருடமாகியும் குறையவில்லை. சிறு ஊர்களிலிருந்து சென்னைக்கு

வந்திருந்த பல பெண்களும் அவள் கருத்தையே எதிரொலித்தனர். இரவில் தனியாகச் செல்ல பயம், ஆண்கள் கூடியிருக்கும் இடங்களுக்குச் செல்ல பயம். ஆண் யாராவது வந்து பேசினால் 'இவன் எந்த நோக்கத்துடன் பேசுகிறான்' என்று மனது எடை போட்டுக் கொண்டே இருக்கும்.

உடம்பெல்லாம் வலித்தது கவிதாவுக்கு. நைட்டிக்கு மாறிவிட்டு வருணுக்கும் ஊரிலிருக்கும் அம்மாவுக்கும் வீட்டுக்கு வந்துவிட்டதாக குறுஞ்செய்தி அனுப்பினாள். ஏன் பேசவில்லை என்று அம்மா கோபிப்பாள். பேசத் திராணி இல்லை. காலையில் பேசிக் கொள்ளலாம் என்று முடிவு செய்தாள்.

வாட்ஸப்பை பார்த்து விட்டு தூங்க ஆயத்தமானபோது டிங் என்ற வாட்ஸப் செய்தி வந்ததற்கான ஒலி கேட்டது. எடுத்துப் பார்த்தால் தெரியாத நம்பரிலிருந்து 'ஹாய்' என்று வந்திருந்தது. 'யாராக இருக்கும்' என்று யோசித்தாள். யாருக்கும் தன் எண்ணை அவள் தருவதே இல்லை. தொலைபேசி எண் கேட்பவர்களிடம் தன் தந்தையின் எண்ணையோ அல்லது வருணின் எண்ணையோ கொடுத்து விடுவாள். அவர்கள் முக்கியமான விஷயமாக இருந்தால் தன்னிடம் சொல்வார்கள். இல்லையென்றால் அவர்களே சமாளித்து விடுவார்கள். இது ஒரு வகையில் அவளுக்கு நிம்மதியாக இருந்தது. தன்னுடன் வேலை செய்யும் பெண்கள் தொலைபேசியினால் படும் அவஸ்தைகளும் அவளை இப்படி எச்சரிக்கையாக இருக்க வைத்தது.

'யார்?' என்று பதிலுக்குக் கேட்டாள்.

'கவிதாதானே?'

'ஆம்.'

'கண்டுபிடியுங்கள் பார்க்கலாம்.'

கவிதாவுக்கு எரிச்சல் மேலிட்டது. யாருன்னு கண்டுபிடிங்க என்று சொல்பவர்களை சப்பென்று அறைய வேண்டும் போல் இருக்கும். நேரில் முகம் காட்டிக் கேட்டாலாவது ஒரு அர்த்தம் உண்டு. அதுவே சமயத்தில் திணறுவதுண்டு. இந்த லட்சணத்தில் வெறும் எண்ணை மட்டும் வைத்துக் கொண்டு கண்டுபிடியுங்கள் என்று கேட்பது கேனத்தனத்தின் உச்சம்.

'யார்?'

'உங்களால் கண்டுபிடிக்கவே முடியாது' என்று சொல்லி இரண்டு ஸ்மைலிக்கள் வந்தன.

அசந்து போனாள். ஏதாவது கிறுக்கு தெரியாமல் எண்ணை அமுக்கி விட்டதோ என்று நொந்து கொண்டாள்.

ப்ளாக் பண்ணிவிட்டு தூங்கப் போகலாம் என்று நினைத்தாலும் முடியவில்லை அவளால். ஏனென்றால் அன்று காலை நடன வகுப்புக்கு வந்திருந்த ஒரு புகழ் பெற்ற இயக்குநர் அவளை அவருக்கு மிஸ்டு கால் கொடுக்கச் சொல்லியிருந்தார்.

'அந்த ஆளாக இருந்தால் கண்டிப்பாக அவன் படத்தில் நடிக்கக் கூடாது.'

'சரி! நீங்களே சொல்லுங்க. முடியல.'

'நான் சஞ்சய்.'

அப்படி யாரையுமே அவளுக்குத் தெரியாது.

'எந்த சஞ்சய்?'

'கொஞ்ச நேரத்துக்கு முன்னால உங்களோட ஊபர்ல முன் சீட்டுல உட்கார்ந்து வந்தேனே.'

அடப்பாவி!

கவிதாவுக்கு தூக்கி வாரிப் போட்டது.

'எப்படி என் நம்பர் கிடைச்சுச்சு?'

'அத விடுங்க...பத்திரமா வீடு போய் சேர்ந்தீங்களா?'

இல்ல, தெருவுல கிடக்கேன் நீ காப்பாத்துவேன்னு.

என்ன சொல்வதென்று தெரியாமல் வாயடைத்துப் போனாள் கவிதா. எதிரே சுவரில் பல்லி ஒன்று ஓடியது.

ப்ளடி, இது எங்கிருந்து வந்தது.

'எப்படிங்க என் நம்பர் கிடைச்சுது?'

'சொல்றேன். பொறுங்க...' என்று குறுஞ்செய்தி அனுப்பியவன் கூப்பிட்டே விட்டான். போனை எடுக்கக் கூடாது என்று ஒரு கணம் நினைத்தாலும் எப்படி தன்னுடைய எண் அவனுக்குக் கிடைத்தது என்று தெரிந்தாக வேண்டும் என்று நினைத்தாள்.

'ஹலோ கவிதா, உங்ககிட்ட இத சொல்லியே ஆகணுன்னு நினைச்சேன். பட் கார்ல இன்னும் ரெண்டு பேர் இருக்கும்போது சொல்றது மேனர்ஸா இருக்காது. வெண்ணிலவே முகம் காட்டுல , உண்மையச் சொல்லணுன்னா அந்த ஹீரோயின விட நீங்கதான் ப்யூட்டிஃபுல். மட்டுமில்லாம ஆக்டிங்லயும் ஒரு நாட்ச் ஜாஸ்தி. ஆக்டிங் கத்துகிட்டீங்களா?'

'இல்ல... நீங்க எப்படி....?'

'ஆக்சுவலா இனி நீங்க ஹீரோயினா மட்டும்தான் நடிக்கணும்...'

ஃபக் ஆஃப்...யூ மோரான்.

அவன் பேசிக்கொண்டே போக கவிதாவுக்கு கோபம், ஆத்திரம், அழுகை, இயலாமை இன்னும் பிற

சொல்லவொணா உணர்ச்சிகள் நிரம்பி எழும்பின. எதிரே இருக்கும் சுவரில் பல்லி கடிகாரத்தை நோக்கி நகர்ந்தது.

இந்த சனியன வேற துரத்தணும் நாளைக்கு.

'நெக்ஸ்ட் டைம் படம் சூஸ் பண்ணும்போது கதையைக் கேளுங்க. இங்க இருக்கற பாதி டைரக்டர்ஸ் ரொம்ப சுமார்.'

'ஹேய்...ஸ்டாப் மேன். எப்படி உனக்கு என் நம்பர் கிடைச்சுது? யார் கொடுத்தா?'

'என்னங்க...இப்படி பேசறீங்க! நான் எவ்வளவு மரியாதையா பேசிகிட்டு இருக்கேன். வேற ஒருத்தனா இருந்தா அசிங்கமா நடந்துக்குவான். என்னை மாதிரி டீசண்ட் ஆள பாக்கவே முடியாது நீங்க உங்க வாழ்க்கைல. ஒரு வார்த்த இப்ப வரைக்கும் தப்பா பேசுனனா?'

கவிதா திகைத்தாள். அவள் முகம் சிவக்க அடிவயிறு கலங்க, தகாத ஒன்று கையிலிருப்பதை அப்போதுதான் உணர்ந்தாற் போல் சட்டென்று போனை படுக்கையில் எறிந்தாள். அவனின் 'ஹலோ, ஹலோ கவிதா இருக்கீங்களா' என்ற குரல் தீனமாகக் கேட்டது. இப்படித் தனியாக ஊரை விட்டு வந்தது தப்போ என்று வருந்தினாள். பயந்தாள். சில விநாடிகள் கழித்து ஒரு தீர்மானத்தோடு ஸ்பீக்கரில் போட்டாள்.

'...கீங்களா?'

'சொல்லுங்க...'

'அப்பாடா, என்னாச்சோ உங்களுக்குன்னு பயந்துட்டேன்' என்றான்.

உனக்கு ஒண்ணும் ஆக மாட்டேங்குதே.

கவிதா கஷ்டப்பட்டு வரவழைத்துக்கொண்ட அமைதியுடன் 'அதெல்லாம் சரி சஞ்சய், உங்களுக்கு எப்படி என் நம்பர் கிடைச்சுதுன்னு சொல்லிட்டுப் பேசுங்க... ஆர்வமா இருக்கு...'

இப்போது அவன் உற்சாகமானான்.

'நீங்க இறங்கினப்பறம் என் போன்ல சார்ஜ் போயிருச்சுன்னு சொல்லி டிரைவரிடம் அவன் போனைக் கேட்டேன். அவன் குடுத்தான். அதுல ஊபர் ஆப்ல உங்க பேரையும் நம்பரையும் பார்த்தேன். சிம்பிள்.'

'ஆனா அது நிஜமாவே உங்க போன் நம்பரா இருக்குமான்னு கொஞ்சம் சந்தேகம் இருந்துச்சு. ஆனா, ஆச்சரியம். உங்களுதேதான்.'

இதுகூட ஒரு பெண்ணின் மீதான வன்முறை இல்லையா? நடிப்புத் தொழிலில் இல்லாத பெண்களை இவன் இவ்வளவு தைரியமாகக் கூப்பிட்டிருப்பானா?

'சரி. எதுக்குக் கூப்பிட்டீங்க?'

மிகவும் நெருக்கமானவர்கள் நம் நலம் வேண்டி அதட்டும் தொனியில் சொல்வார்களே. அந்தத் தொனியில் என்னிடம் பேசினான்.

'கவிதா, எப்படி நீங்க தைரியமா இப்படி உங்க நம்பர குடுக்கறீங்க? காலம் கெட்டுப் போயிருக்கு. கண்டவன் எல்லாம் உங்களைக் கூப்பிட்டு தொல்லை செய்வான். என்னை மாதிரி டீசெண்டா எல்லாரும் இருக்க மாட்டாங்க. இப்படி செய்யாதீங்க. ப்ளீஸ் டேக் மை அட்வைஸ். இப்ப சீக்கிரம் தூங்குங்க உடம்பை கெடுத்துக்காம. நாளைக்கு கூப்பிடுறேன். குட் நைட்!'

*

அரூபம்

சிலுசிலுவென்ற காற்று சாரலையும் உள்ளே கொண்டு வந்தது. ஊட்டி போல் இருக்கும் கோயமுத்தூர் ஐ.ஓ.பி. காலனியில்தான் சித்தி இருந்தாள். அந்தத் தனி வீட்டைச் சுற்றிலும் செண்பக மரமும் முல்லைக் கொடியும் பன்னீர் ரோஜாக்களும் பூத்துக் குலுங்கின. வெற்றிலைக் கொடியொன்று செண்பக மரத்தை அணைத்துக் கொண்டு கவலையில்லாமல் சந்தோஷமாக சுற்றிக் கிடந்தது.

'இந்தா புள்ள, பொளுதன்னிக்கும் செடியவே பாத்துகிட்டு நின்னா எப்புடி, சாரலடிக்குது பாரு. ஜன்னலச் சாத்து' என்றாள் அம்மா.

சின்னது சிணுங்கியது. ஜன்னலை அடைத்துவிட்டு அவளை வாரி எடுத்துக் கொண்டேன்.

'குளந்தைய இப்படிக் குடு. நீ பெரியவன குளிப்பாட்டு.'

பெரியவனுக்கு நான்கு வயதாகிறது. அடுத்தது பெண் குழந்தை. ஆறு மாதம். வீடு முழுவதும் நிறைந்து இருந்த மனிதர்களைக் கண்டு பெரியவனுக்கு நிலைகொள்ளவில்லை. சென்னையின் மூக்கோட்டை அபார்ட்மெண்ட்டில் புழுக்கத்தில் இடுங்கி இடுங்கி

விளையாடிக் கொண்டிருந்தவனுக்கு சித்தியின் வீடு அரண்மனை போல் தோன்றியிருக்க வேண்டும். ஓரிடத்தில் நிற்காமல் ஓடிக்கொண்டே இருந்தான். சித்தி எங்கிருந்தோ ஒரு சின்ன ப்ளாஸ்டிக் கதையை அவனுக்கு கொடுத்திருந்தாள்.

'மணி டிராமாவுல நடிச்சப்போ வாங்குனது.'

'கதா, த க்ரேட் கதா' என்று அனுமாரைப் போல் தோளில் வைத்துக் கொண்டு திரிந்து கொண்டிருந்தான். என் அம்மச்சி, பெரியம்மா, சித்தி, மாமா குடும்பம் மற்றும் என் குடும்பம் என்று பதினேழு பேர் இருந்தோம். எல்லோருக்கும் ஆண் குழந்தைகள். எங்கள் வீட்டில் மட்டும் ஒரு பெண், ஒரு ஆண். என் தலைமுறையில் குடும்பத்திற்கே நான் ஒரே பெண் என்பதால் செல்லம் அதிகம்.

ஒவ்வொரு வருடமும் குல தெய்வக் கோயிலுக்குச் சென்று பொங்கல் வைக்க எல்லோரும் சித்தி வீட்டில் கூடுவோம். எங்கள் குழாயர் கூட்டத்தின் குலதெய்வம் காங்கேயத்துக்கு அருகிலிருக்கும் கொத்தனூர் அம்மன். ஒவ்வொரு மாதமும் பௌர்ணமி அன்று இந்த இந்த ஊரார் சென்று பொங்கல் வைக்கலாம் என்று பிரித்து விடுவார்கள். மாசி மாத பௌர்ணமி பூசை கோலாகலமாக இருக்கும். அன்று எல்லாப் பங்காளிகளும் வந்து பொங்கல் வைப்பார்கள். அம்மச்சியும் ஐயாவும் வருடந்தோறும் எங்கள் வருகைக்காக ஆவலோடு காத்துக் கொண்டிருப்பார்கள்.

ஒவ்வொரு முறை நாங்கள் ஒன்று கூடும் போதும் இந்த இடமே அதிரும்படி ஒரு வாரம் ஆட்டம் போடுவது யார் கண்ணை உறுத்திற்றோ என்னவோ நான்கு வருடங்களுக்கு முன் என் மாமா தன் இரண்டு பதின்ம வயது மகன்களையும், அத்தையையும் தவிக்கவிட்டுப் போய்ச் சேர்ந்தார். தன் ஒரே மகனின் இழப்பைத்

தாங்க முடியாமல் எங்கள் ஐயாவும் ஒன்பதே மாதத்தில் கண்ணை மூடினார். அதனால் இறந்தவர்களுக்கு வருடாந்திர பூசை போட்டு விட்டு நான்கு வருடங்கள் கழித்து இந்த வருடம் பொங்கல் வைக்க எல்லோரும் சந்திப்பதால் கூடுதல் உற்சாகம்.

மாமா இறந்தபின் அத்தை தன் பிள்ளைகளுடன் சித்தி வீடு இருக்கும் அடுத்த தெருவிற்கு குடி வந்தார். சித்தி வீட்டுக்கும் அத்தை வீட்டுக்குமாக ஓயாமல் நடந்து இரண்டு தெருவையும் தேய்த்துத் தீர்த்தோம்.

தினமும் போர்டிகோவில் க்ரோட்டன் செடியின் அருகில் ப்ளாஸ்டிக் நாற்காலி போட்டு அமர்ந்து "சாமி, ஓடாத சாமி" என்று அம்மச்சி சந்தோஷமாக வீட்டைச் சுற்றி ஓடிக்கொண்டிருக்கும் கொள்ளுப் பேரனைக் கண்டிப்பதாக பாவனை செய்து கொண்டிருந்தாள்.

வழக்கம் போல் மதிய உணவிற்குப் பின் எல்லோரும் உட்கார்ந்து அரட்டையடிக்க ஆரம்பித்தோம். பேச்சு அரசியல், சினிமா, வேலை என்று எங்கெங்கோ சுற்றினாலும், அது வெறும் வெளிப் பூச்சு என்று எல்லோருக்கும் தெரியும். மாமா இல்லாத வெறுமை, அந்த ஆதங்கம் பெரும் கல்லைப் போல் ஒவ்வொருவர் மனதிலும் அழுத்திக்கொண்டு இருந்தது அப்பட்டமாகத் தெரிந்தது. அவரைப் பற்றிப் பேசினால் எல்லோரும் உடைந்துபோவார்கள் என்று தெரிந்தும் அவரைப் பற்றிப் பேசுவதை தவிர்க்க முடியவில்லை.

ஐயா இறந்தது கூட குடும்பத்தை பெரிதாக பாதிக்கவில்லை. ஆனால் ஒரு நாள் கூடத் தலைவலியென்று படுக்காத மாமா திடீரென மாரடைப்பில் காலமானதை யாராலும் ஏற்றுக் கொள்ளவே முடியவில்லை. 'தங்கப் புள்ள' என்று கண்கள் சிரிக்க, கருத்த முகத்தில் பளீரென்ற வரிசையான வெள்ளைப் பற்கள் தெரிய மாமா கூப்பிடும்போது...

குடும்பத்தில் எல்லோரையும் விட நான் சிவப்பு, அழகு என்பதால் என்னை வேலை செய்யவே விட மாட்டார் மாமா. தப்பித் தவறி வயலுக்கு அவருக்கு சாப்பாடு கொண்டு சென்று விட்டால் வீட்டில் இருப்பவர்களை பின்னி எடுத்து விடுவார்.

"ஆத்தா, இங்க உக்காந்து என்ன சீவிக்கிட்டு இருக்கற, இவ தங்கப் புள்ள கிட்ட சாப்பாடு குடுத்தனுப்பறத பாக்கலியா? இன்னொரு தரவ புள்ளய வெய்யில்ல அலைய விடுங்க, கொல விளும்."

"ஆமாண்டா, உங்காத்தா வெயில்ல கருகறது உனி உனக்குத் தெரிஞ்சிட்டாலும்... தாடிக்கொரு சீயக்கா, பொச்சுக்கொரு சீயக்கா..." என்று அலுத்துக்கொண்டே பெருமையாக அம்மச்சி தன் மகனைப் பார்ப்பாள்.

"ம்க்கும், எங்களுக்கெல்லாம் ஒடம்பு இரும்பாலத் தான செஞ்சிருக்குது..."என்று அத்தை முணுமுணுத்தாலும் அவளுக்கும் என் மேல் கொள்ளைப் பிரியம்தான்.

திருமணம் முடிந்து மறுவீட்டு விருந்துக்கு நான் வந்திருந்தபோது "மாப்பள மாமனார் மாமியார் ஓகே தான? சரியில்லைனா வுட்டுட்டு வந்துரு தங்கப்புள்ள. மசுரே போச்சு..." என்றார் அணைத்துக்கொண்டு.

தன் அண்ணன் என் மேல் வைத்திருக்கும் அளவற்ற பிரியம் எப்போதும் என் அம்மாவை நெகிழச் செய்தது. தன் அண்ணனை யார் என்ன சொன்னாலும் தாங்கிக் கொள்ள மாட்டார். சித்தியும் பெரியாம்மாவும் கூட அப்படித்தான். என் அப்பாவுக்கு மட்டும் மாமாவை ஏனோ அவ்வளவாகப் பிடிக்காது.

'உங்கண்ணன் கொஞ்ச விவகாரம் புடிச்சவன்டி' என்று என் அப்பா மிகச் சாதாரணமாகச் சொல்லி விட்டாலே என் அம்மாவால் ஜீரணிக்க முடியாது. பிலுபிலுவென்று

என் அப்பாவைப் பிடித்து விடுவாள். சண்டை மண்டை உடையும். அது சாதாரண சண்டையாக இருக்காது. அப்பாவின் உடன்பிறப்புகளை இழுத்து தரையில் போட்டு தேய்த்து உருத்தெரியாமல் ஆக்கி விடுவாள்.

'ஏன் உங்களோட பொறந்ததுக எப்புடி? என்ர கொளுந்தன் அப்புடியே அண்ணியாரேன்னு வந்து உருகிட்டாலும். கொளுந்தியா கேக்கவே வேணாம். வாயில கத்திய வச்சுகிட்டு யாரத்தா வெட்டிப் போடலாம்னு சுத்துது....' என்று ஆரம்பித்தாளென்றால் அரைமணி நேரம் பாராயணம் செய்துவிட்டு '...கொத்தனூர்க்காரி எனக்கு இந்த சன்மத்துல இதான்னு எளுதி போட்டா. நானா இருக்கப் போயி எல்லா களிசட மேலயும் சக்கரயத் தூவி முளுங்கிக்கறேன்... இதுகளொடயெல்லாம் எங்கண்ணன் சாமி' என்று மூச்சு வாங்கி முடிப்பாள்.

அப்பா சும்மா இருப்பாரா? அந்த ஹாலிலேயே உட்கார்ந்துகொண்டு வக்கீலைப் பார்த்து, கோர்ட் படியேறி டைவர்ஸ் வாங்கி,பாகம் பிரித்து, குழந்தைகளைப் பிரித்து, (சாமி, நீ உங்கொப்பனோடயா, ஆத்தாளோடயா?) பின் களைத்துப் போய் நிதர்சனத்திற்கு வந்து, 'சோத்தைப் போடு' என்று அமைதியாவார்.

மதிய நேரம் என்றாலும் இளவெயிலும், தூறலும், குளிர்ந்த காற்றும் உண்ட மயக்கத்தை அதிகப்படுத்த 'கொஞ்ச நேரம் தூங்கிட்டு வரோம்' என்று பேச்சிலிருந்து பெரியவர்கள் மெல்ல கழன்று கொள்ள, நானும் என் சகோதரர்களும் மட்டும் இருந்தோம். குழந்தைகள் தூங்கிக் கொண்டிருந்தார்கள்.

"மாமாவை ரொம்ப மிஸ் பண்றேன்" என்றான் லயோலாவில் விஸ்காம் படித்துக்கொண்டிருக்கும் என் தம்பி.

"ம், போன முற நம்ம எல்லாரையும் குதிரையாறு ஃபால்ஸ் கூட்டிகிட்டுப் போனாரில்ல? என்னமா ஆட்டம் போட்டோம்" என்றான் இன்னொருத்தன்.

"ம். இன்னும் கொஞ்ச காலம் இருந்திருக்கலாம்."

"நல்லாத்தான் இருந்தாரு அப்பா, எப்படி இப்படி திடீர்னு" என்ற மாமாவின் மகன் தொடர்ந்து "தண்ணி குடுன்னு கேட்டார். கடகடன்னு தண்ணியக் குடிச்சவரு டக்குன்னு கீள விளுந்துட்டாரு. பதறிப் போய் அவரத் தொடறதுக்குள்ள மெல்ல எளுந்து அம்மாவப் பாத்தாரு. அப்படியே சரிஞ்சுட்டாரு. என்ன நினைச்சிருப்பாரோ? நாம அவ்ளோதான்னு தெரிஞ்சிருக்குமோ?" என்றான்.

"செத்தப்பறம் எங்க போவோம்? வாட் ஹாப்பன்ஸ்?"

"யாருக்கும் தெரியும்... ஒவ்வொருத்தரும் ஒண்ணொண்ணு சொல்றாங்க. மறுபடி பொறக்கலாம் இல்ல ஆவியா சுத்திகிட்டு இருக்கலாம். இல்ல அதற்கு மேல ஒண்ணுமில்லாமக்கூட இருக்கலாம். என்னனு தெரிஞ்சா நல்லா இருக்கும் இல்ல?"

"தெரிஞ்சுக்கலாமா?" என்றான் மும்பையில் ஸாஃப்ட்வேர் கம்பெனியில் வேலை செய்து கொண்டிருந்த பெரியம்மா மகன் சங்கர். அவன்தான் எங்கள் எல்லோரையும் விடப் பெரியவன்.

"எப்புடி?" என்று விழிகள் விரியக் கேட்டேன்.

"ஓய்ஜா போர்ட் தெரியும்ல?"

"ஐய்யய்யோ, ஜகன் மோகினி படம் பார்த்தாலே பயத்துல ராத்திரில விளக்கைப் போட்டுகிட்டு தூங்கற ஆளுஞ்நான் வரல இந்த விளையாட்டுக்கு" என்றேன்.

அந்த யோசனையைக் கேட்டு என்னைத் தவிர எல்லோரும் பரபரப்பானார்கள். ஆறு ஆண்களுக்கு

மத்தியில் ஒரே பெண்ணாகப் போனதால் என் எதிர்ப்புக் குரல் அமுங்கிப் போனது.

“போர்ட் இருக்கா என்ன?”

“இல்லடா, ஒரு கார்ட்போர்ட்ல ஏ பி சி எழுதி காயின் நடுல வச்சு ட்ரை பண்ணுவோம்.”

“நா போறேன். நீங்க என்னவோ செய்ங்க” என்றேன்.

“சத்யா, போகாத, மாமாவுக்கு உன்னயத்தான் ரொம்பப் புடிக்கும். ப்ளீஸ்” என்று நான் மறுக்க மறுக்க தள்ளிக்கொண்டு போனார்கள்.

சந்தேகத்துடனும், லேசான பயத்துடனும் மாடியில் இருக்கும் ஐயாவின் அறைக்குச் சென்றோம். சங்கர் மேசையில் ஒரு கெட்டி அட்டையைப் போட்டு அதன் மேல் ஒரு வெள்ளைத் தாளை வைத்தான். அதில் வட்டமாக ஏ பி சி எழுதினான். உள் வட்டத்தின் இடது பக்கத்தில் ‘யெஸ்’ என்றும் வலது பக்கத்தில் ‘நோ’ என்றும் எழுதினான். நடுவில் ஒரு பத்து ரூபாய் நாணயத்தை வைத்துவிட்டு மேசையைச் சுற்றிலும் நாற்காலிகளைப் போட்டான்.

“சத்யா, கார்த்திக், வினு, நானு... நாங்க நாலு பேரும் இதைச் செய்யறோம். நீங்க மூணு பேரும் உட்கார்ந்திருங்க...” என்று மாமாவின் இளைய மகனையும், என் தம்பியையும், சித்தி பையனையும் உட்காரச் சொல்லி விட்டான். கதவு, ஜன்னல்கள் எல்லாவற்றையும் அடைத்து, நடுவில் ஒரு மெழுகுவர்த்தியைப் பற்ற வைத்தான். மதிய நேரமானாலும் கதவு ஜன்னல்கள் அடைக்கப்பட்டு இருந்ததாலும், திரைச்சீலைகள் கொஞ்ச நஞ்ச வெளிச்சத்தையும் தடை செய்ததாலும், அந்த இடம் ஒரு அமானுஷ்ய போர்வை போர்த்திக் கொண்டது. நடுவில் எரிந்து கொண்டிருந்த மெழுகுவர்த்தியின்

வெளிச்சத்தில் எங்கள் நிழல்கள் ஆடிக் கொண்டிருந்தது கலக்கத்தை உண்டாக்கியது.

“டேய்… இது தேவையா?” என்று முனகினேன்.

என்னை அவர்கள் பொருட்படுத்தவேயில்லை.

“வாங்க! காயின் ஓரத்தில் எல்லாரும் ஒரு விரலை வைங்க.” மற்றவர்களுக்கு இடம்விட்டு நான் ஒரு மூலையில் வைத்தேன்.

மரியாதையான, உணர்ச்சி மிகுந்த குரலில் “புண்ணியலோக ஆவிகளே! எங்களுக்கு இது முதல் முறை. எங்க மாமாவோட ஆவி இருந்தா கூட்டிகிட்டு வாங்க. ஐயா இருந்தாலும் கூட்டிகிட்டு வாங்க. மாமா, ஐயா, இங்க இருந்தீங்கன்னா எங்களுக்கு எப்படியாவது தெரியப்படுத்துங்க” என்றான் சங்கர்.

எனக்கு வயிற்றைக் கலக்கியது. இவர்கள் பேச்சைக் கேட்டு வந்துருக்கக் கூடாதோ? உருவமாக இருந்தவர்கள் அருவமாக ஆகும்போது எங்கிருந்து இந்த பயம் வருகிறது? நம்மைத் தூக்கி வளர்த்துக் கொஞ்சியவர்கள்தானே? அரூபத்திற்கு காலம் காலமாக நாம் கொடுத்திருக்கும் அடையாளங்கள்தான் நம்மை அதன் மேல் பயம் கொள்ளச் செய்கிறது. சமயத்தில் உருவமே பயம் என்றால் யாராவது வலியப்போய் அருவத்தை தேடுவார்களா?

வெளியில் மழைத் தூறல் பரபரவென்று காய்ந்த இலைகள் மீது விழும் சப்தம் வேறு இந்த அமானுஷ்ய சூழ்நிலையோடு ஒத்திசைத்தது.

மெல்ல பத்து ரூபாய் நாணயம் நகர்ந்தது. எல்லோரும் சற்றுத் திகிலுடன் ஒருவரையொருவர் பார்த்துக் கொண்டோம். “யாருடா நகத்துறீங்க?” என்று கேட்டான் வினு, மாமாவின் மகன்.

"நான் இல்லை" என்று மற்ற மூவரும் ஒரே குரலில் பதிலளித்தோம்.

"மாமாவா வந்திருக்கிறது?" என்று கேட்டான் சங்கர்.

நாணயம் நேராக 'நோ' என்ற சொல் இருக்கும் இடத்தை அடைந்தது. "அப்ப நீங்க யாரு?"

நாணயம் வேகமாக 'ஐ' 'ஓய்' 'ஏ'விற்குச் சென்றது. "ஐயா" என்று கண்களை விரித்துக் கொண்டு சொன்னான் கார்த்திக். எப்படியிருக்கீங்க என்ற கேள்விக்கு 'குட்' என்ற வார்த்தை பதிலாக வந்தது.

"டேய், நம்ம ஐயாவுக்கு இங்க்லீஷே தெரியாதேடா" என்று அடிக்குரலில் நான் உறுமியதற்கு "ம்" என்ற பதிலோடு அடுத்த கேள்விக்குத் தாவினார்கள்.

எனக்கு நம்பிக்கையற்றுப் போனது. நாமே நம்மையறியாமல் நமக்குச் சாதகமான பதில்களை, நாம் கேட்க விரும்பும் சொற்களைத் தேர்வு செய்கிறோம் என்று தோன்றியது. இந்தப் பைத்தியகாரத்தனத்திற்கு சம்மதித்திருக்கவே கூடாது. பிடிக்காததை செய்யவே கூடாது என்று வைராக்கியம் கொண்டாலும் சில முறை அது சுடுகாட்டு வைராக்கியமாகி விடுகிறது. பல முறை 'வேண்டாம் வேண்டாம்' என்று மனது பதறப் பதற சூழ்நிலை அதனுள் நம்மை இழுத்துக் கொண்டு போகிறது. என்னுடைய இந்தக் கையறு நிலை எனக்கு என் மேல் எரிச்சலைத் தந்தது. எழுந்திருக்கலாம் என்று நினைக்கையில்,

"மாமா எங்கிருக்கார் ஐயா? வரச் சொல்ல முடியுமா?" என்றான் சங்கர்.

"நோ" என்ற பதில் வரவும் "ஏன் ஐயா?" என்று கேட்டான் சங்கர்.

"பார்ன்" அதாவது பிறந்துவிட்டார் என்ற பதில் வந்தது.

"எங்கே? இந்த ஜென்மத்தில் அவர் பெயர் என்ன?"

சில விநாடிகள் நகராமல் இருந்த நாணயம் மெல்ல நகர்ந்தது. 'ஏ' 'வி' 'ஐ' 'என்' 'ஏ' 'எஸ்' 'ஹெச்' - அவினாஷ்.

முதுகுத்தண்டின் அடியிலிருந்து தீக்கங்கு ஒன்று புறப்பட்டது. "புல் ஷிட், இனஃப்' என்று பதற்றத்தோடு நாற்காலியை வேகமாக பின்னுக்குத் தள்ளி எழுந்து கதவைத் திறந்தேன். திரைச்சீலைகளை நீக்கி ஜன்னல்களையும் திறந்தேன். கை நடுங்கியது.

அதிர்ந்து போய் எல்லோரும் என்னைப் பார்த்தனர். சிறிது நேரம் யாரும் ஒன்றும் பேசவில்லை. நான் கோபத்தில் இருந்தேன். "கிண்டல் பண்றிங்களாடா?" என்று சீறினேன்.

"கண்டிப்பா இல்ல... ஏன் மாமா உன்னோட பையனா பொறந்திருக்கக் கூடாதா? மாமா போய் நாலு வருசமாச்சு. நம்ம அவிக்கும் நாலு வருசம். சரியா இருக்கு" என்று அதிர்ச்சி கலந்த வியப்போடு சொன்னான் சங்கர்.

"ஆக்சுவலா நீ சந்தோஷப்படணும்தான மாமா உனக்கே குழந்தையா வந்து பொறந்திருந்தா? ஏன் கோபப்படற?"

பதட்டத்தில் பதில் சொல்லத் தெரியவில்லை."போதும். கீழ போகலாம். ஒரு மணி நேரத்துக்கு மேல ஆச்சு" என்றேன்.

அழுகையும், கோபமும், தவிப்புமாக என்னை ஒரு இனம் புரியாத உணர்ச்சி ஆட்கொண்டது.

சிறு வயதில் ராசுவின் வீட்டுக்கு முன் இருக்கும் கிணற்றில் ஓங்கி வளர்ந்து நின்ற அரசமரத்தின் இலைகள் வெள்ளையாக பூத்துப் போய் இருக்கும். 'அங்க வெள்ள

ஜடைப் பேய் இருக்கு' என்று என்னை பாடாய் படுத்திய சகோதரர்கள் இன்று என்னை மூச்சுமுட்ட ஒரு இருட்டறையின் மூலையில் தள்ளியது போலிருந்தது.

தடதடவென படிகளில் இறங்கினேன்.

“எங்கடா போனீங்க. எந்நேரமும் பேச்சு. ஏம்புள்ள கண்ணெல்லாம் செவந்திருக்கு? நீ தூங்கறதுக்கென்ன? கொளந்த தூங்கும்போது நீயும் தூங்குனாத்தான ஒடம்பு விசுக்குன்னு இருக்கும்? என்ன?” என்றபடி பெரியம்மா எங்களுக்கு தட்டு நிறைய அரிசி முறுக்கும் அதிரசமும் தந்துவிட்டு டீ போட சமையலறைக்குச் சென்றாள்.

குழப்பப்பட்ட மனதோடு மெல்ல நடந்தேன். ஹாலில் அத்தை அவினாஷுக்கு போர்ன்விட்டா கொடுத்துக் கொண்டிருந்தாள். ஏனோ என்னால் அவளை ஏறிட்டுப் பார்க்க முடியவில்லை. அவினாஷையும் இனி முன்போல் பார்க்க முடியாதோ என்ற எண்ணம் அரித்தது. சேச்சே! இது வெள்ள ஜடைப் பேய்க் கதையின் தொடர்ச்சிதான். நோய்வாய்ப்பட்ட அந்த மரத்தைப் பேயென்று நினைத்த அதே மயக்கம்தான் இது. சிறிது நேரத்தில் எல்லாம் சரியாகிவிடும். மனது கொஞ்சம் ஆசுவாசமடைந்தது.

ஆனால் நேற்று பக்கத்து வீட்டு ராமின் அப்பாம்மை (அவன் அப்படித்தான் அவன் பாட்டியைக் கூப்பிடுவான்) என்னையும் குழந்தையையும் பார்க்க வந்தபோது ‘ஏய் குட்டி, உன் பையன் உன் மாமா ஜாடையில் இல்லை’ என்று கேட்டபோது எரிச்சலாக இருந்தது.

அவினாஷை உற்றுப் பார்க்கிறேன். அந்தக் கண், புருவம், உதடு கூட... இல்லை, இல்லை. அரண்டவன் கண்ணுக்கு இருண்டதெல்லாம் பேய்.

அவினாஷ் போர்ன்விட்டாவைக் குடித்துவிட்டு மறுபடி வீட்டைச் சுற்றி வண்டியோட்டக் கிளம்பினான். “எம்மட தங்கச் சின்னக் கவுண்டரு கிளம்பிட்டாரு” என்று

வாஞ்சையோடு அவனைப் பார்த்துவிட்டு, என்னிடம் "சின்னத்தாயி வந்துருவா இப்ப, அவ வேலைய முடிச்சிட்டு போனப்பறம் வரங்கண்ணு' என்றபடி செருப்பை அணிந்துகொண்டு கிளம்பினாள் அத்தை. ஏனோ கூடவே நானும் என் சகோதரர்களும் வாசல் வரை சென்றோம்.

'உன்ர மாமன் இந்தக் குட்டிங்களப் பாக்காம போயிருச்சே புள்ள. கொண்டாடிருக்கும்...' என்று என்னைப் பார்த்து சோகமாகச் சொன்னாள் அத்தை.

எப்படி? என் புள்ளையையும் யாருக்கும் தெரியாமல் சிரித்துக்கொண்டே தடவித் தடவியா? என்னைப்போல் சொல்ல முடியாமல் தவிச்சு வாழ்க்கையை நாசமாக்கவா? அந்த ஆள்தான் இந்தக் குடும்பத்து வில்லன் என்று தெரியாமல்...

அத்தை காம்பவுண்டைத் தாண்டி வெளியே சென்றதும், டுர்ரென்று கத்திக்கொண்டு வீட்டைச் சுற்றி ஓடிக் கொண்டிருந்த அவினாஷ் திடீரென்று காம்பவுண்டைத் தாண்டி தெருவுக்கு வந்து அத்தையைப் பார்த்து,

"ஐ மிஸ்ஸ்ஸ் யூயூயூ..." என்று பெருங்குரலில் கத்திவிட்டு உள்ளே ஓடினான்.

*

ஜனவரி 25, 2022

பரிவாரம்

'இவனை, இந்த ஷ்யாமை, எப்படி உனக்குத் தெரியும் சித்ரா? உன் ஃப்ரெண்ட் லிஸ்ட்ல இருக்கானே பொறுக்கி' என்று குமுதா என்னிடம் கேட்டபோது ரம்யா திடுக்கிட்டது தெரிந்தது.

கண்ணால் ஏதோ குமுதாவுக்குச் சொல்ல முற்பட்டாள் ரம்யா. குமுதா புரியாமல் புருவத்தை சுருக்கிக்கொண்டு தாடையை முன் நீட்டி 'ஹ(ன்)' என்றாள். தலையிலடித்துக் கொள்ளமுடியாதபடி எதுவும் பேச இயலாதபடி 'ஹி ஹி... சரி, சரி, அப்புறம்...' என்று சங்கடத்துடன் பேச்சை ரம்யா மாற்றத் தொடங்கியபோது நான் இடைமறித்தேன்.

'யார சொல்ற?' என்று குமுதாவைக் கேட்டபோது ரம்யா 'விடுப்பா... வேற...' என்றாள்.

என் தாட்டியான குரலையும் முறைப்பையும் பார்த்து தான் தோற்றுப் போனது ரம்யாவுக்குத் தெரிந்தது. இது எதுவும் கிஞ்சித்தும் புரியாமல் கடுப்பாக என்னைப் பார்த்து 'இதோ இடது கைப்பக்கம் இளிச்சுகிட்டு நிக்கறானே ஷ்யாம்... இந்தக் கம்னாட்டிதான்' என்று அழுத்திச் சொன்னாள் குமுதா. ரம்யா பதறுவது தெரிந்தது.

குமுதா மேற்கொண்டு பேச முற்படுவதற்குள் 'குமுதா அந்த ஷ்யாமோட பொண்டாட்டிதான் இந்த சித்ரா' என்று என் முழங்கைக்கு மேலிருக்கும் சதையை அழுத்திப் பிடித்தபடி ரம்யா படபடத்தாள்.

'ஓ, ஐயோ, இல்ல... இல்ல... மாத்தி சொல்லிட்டேன்... அது வந்து...' என்று குமுதா உளறி முடிப்பதற்குள் அங்கிருந்து என்னையறியாமல் வேகமாக வெளியேறினேன்.

'ஏய், அதுக்குள்ள போறியா?' என்ற குரல் கிணற்றிலிருந்து கேட்டது. சுற்றிலும் இருப்பவர் மங்கலாகிப் போக என் இதயம், என் கலக்கிய வயிறு மட்டுமே பிரதானமாகத் தெரிந்தது.

'ஹபிபுல்லா ரோடு போங்க' என்று ஆட்டோக்காரரிடம் என் வாய் தன்னிச்சையாகச் சொன்னது. வீட்டுக்குள் வந்ததும் என் தேகம் அணிந்திருந்த உடைகளை கழற்றி எறிந்து டாய்லெட் சீட்டில் அமர்ந்தேன். கழிவறையின் மூலையில் உள்ள டைல்ஸ் அலைஅலையாக நெளிந்தது.

> 'What the fuck! நிதானமாக இதை எதிர்கொண்டிருக்கலாம். இப்படி ஓடி வந்திருக்கவேண்டிய அவசியம் என்ன? இதனால் திறந்திருந்த எல்லா கதவுகளையும் அடைத்து விட்டாய். ஸ்டுபிட் சித்ரா! என்ன விஷயம் என்று இனி யாரிடம் கேட்க முடியும்? இப்படி உன் இம்பல்ஸிவ் நடவடிக்கைகளால் நிறைய விஷயங்களை இழக்கிறாய் சனியனே.'

பெனாத்தா வழக்கம்போல் குதிக்கத் தொடங்கியது.

என் ஆல்டர் ஈகோவை மனசாட்சி என்று மொழிபெயர்த்தால் சரியாக இராது. அது ரத்தமும் சதையுமான என்னைப்போன்ற ஒரு உருவமாக

இல்லாவிட்டாலும் அதற்கு நிகரான ஒரு சூக்ஷ்ம உருவம். உண்மையில் இரண்டு சூக்ஷ்ம உருவங்கள் உண்டு. சினிமாவில் காண்பிப்பதுபோல். சில சமயங்களில் முழுதாக ஏதாவதொன்று என்னை ஆக்ரமிப்பதும் நடக்கும். புலம்பி, அழுது சபித்துக்கொண்டே இருந்தால் பெனாத்தா ஆக்ரமிப்பு. தேவையே இல்லாமல் சிரித்து, சம்பந்தமில்லாமல் உணர்ச்சிவசப்பட்டு உலகமே அற்புதம் என்று உளறிக்கொண்டிருந்தால் மயில் என்னைப் பரிபூரணமாக ஆட்கொண்டு விட்டதாகத் தெரிந்து கொள்ளலாம். சமயங்களில் சித்ரா, பெனாத்தா, மயில் மூவரும் சரிசமமாக இருக்கும் காட்சியை கண்கொண்டு பார்ப்பவர் ஆயுசு பரியந்தம் மறக்க மாட்டார்.

அவர்கள் மட்டுமல்லாமல் அவ்வப்போது சாரு நிவேதிதா, லா.ச.ரா. புதுமைப்பித்தன், ஜோஸா, ஸோஃபி, க.நா.சு. மற்றும் பலர் சின்ன சின்னதாக தோள் மேலும் தலை மேலும் சில சமயம் கண் விழித்தவுடன் மேற்கூரையிலும் ஒட்டிக் கொண்டு கண்களை உருட்டிக் கொண்டிருப்பதால் தனிமை என்பது என் வாழ்வில் ஆடம்பரம்.

இந்தக் கூட்டம், கணவன் ஷ்யாம் தவிர லௌகீக வாழ்வில் எனக்கு இருக்கும் நெருக்கமான தோழமை ஒன்றே ஒன்று. அது ரம்யா. எல்.கே.ஜியிலிருந்து என்னுடன் விதவிதமாக உடுத்திக்கொண்டு சாட்சாத்காரமாக வரும் ரத்தமும், இதயமும் மூளையுமான ஆல்டர் ஈகோ (இந்த வார்த்தையை தமிழ் படுத்தலாம் என்று தேடினால் 'நுட்பமான உடல்', 'ஆளுமையின் மறுபக்கம்' என்றெல்லாம் காண்பித்ததால் ஆங்கிலமே தேவலை என்று முடிவுக்கு வர வேண்டியிருந்தது).

ரம்யாவுக்கு நிறைய நண்பர்கள்.'வாடி, குமுதா வீட்டு பார்ட்டிக்குப் போலாம்' என்று வலுக்கட்டாயமாக இழுத்துக்கொண்டு போனாள். அந்தக் குமுதாவும்

என்னைப் பார்க்க வேண்டும் என்று சொன்னாளாம். அன்று என் ஆ.ஈ. குழு ஆட்சேபணை செய்யாததால் சரி என்று போனால் இப்படி ஒரு வினை.

இரண்டு வேளை பூஜை, ஒரு கெட்ட வார்த்தை பேசாத ஷ்யாமை எல்லோரும் மெச்சுவதை மட்டுமே கேட்ட இந்தக் காது முதன்முறையாக அவனை பொறுக்கி என்று ஒரு பெண் வாயால் கேட்டபோது நிலைகுலைந்துதான் போனது.

'ரம்யா, உண்மையைச் சொல்லு. என்ன ஆச்சு?'

'அது வந்து... விடேன்... அவ ஏதோ உளறிட்டா...'

'ஓ, ஃப்ரண்ட்ஷிப்... தோழி கஷ்டப்படக்கூடாது, இல்ல?'

'இல்ல... Let the sleeping dogs sleep.'

'கல்லெடுத்து அடிச்சுட்டு... அடச்சீ... சொல்லுடீ. என்ன பண்ணினான் ஷ்யாம்.'

சில விநாடிகள் அமைதியாக இருந்தவள், 'இரு குமுதாவை கான்ஃபரன்ஸ்ல எடுக்கறேன். நீயே கேள்' என்றாள்.

ஷ்யாமுக்கு குமுதாவின் மேல் வீட்டுப் பெண்ணிடம் தொடர்பாம். அவள் டைவர்ஸான பெண். ஒரு ஆண் குழந்தையும் உண்டாம். அவன் அடிக்கடி அந்த வீட்டுக்கு வருவதால் அபார்மெண்டில் எல்லோரும் ஒரு மாதிரி பேசுவதாகச் சொன்னாள். நான் என்ன சொல்ல முடியும்? அமைதியாகக் கேட்டுக் கொண்டேன்.

'கிட்டத்தட்ட ஒரு வருஷமா இது நடக்குது சித்ரா. ரொம்ப சந்தோஷமா மூணு பேரும் அப்பப்ப வெளில போறதும் உண்டு. சாரி! உன்னோட ஹஸ்பண்டுன்னு தெரியாம...'

'அவ பேரு என்ன? என்ன பண்றா?' வெடுக்கென்று இடைமறித்தேன்.

'பேரு ஹேமா. அற்புதமான ஆர்டிஸ்ட். ஃபோகஸ் ஆர்ட் கேலரில அவளோட பெயிண்டிங்ஸ் நிறைய இருக்கு.'

மண்டைக்குள் ஒரு ரீங்காரம். 'என் சந்தேகம் சரி. சொன்னேன் பாத்தியா' என்று பெனாத்தா எக்களித்தாள்.

'என்னப்பா, ஏதாவது பேசு' என்றாள் ரம்யா கலக்கமாக.

'Thanks but no thanks…' என்றேன்.

'ஏய், என்ன முடிவு பண்ணினாலும் என்கிட்ட சொல்லிட்டு பண்ணுடி…' என்று ரம்யா சொல்லச் சொல்ல கைபேசியை நிறுத்தித் தூக்கிப் போட்டேன்.

பெனாத்தா ஆரம்பித்தாள்.

> 'எனக்கு கொஞ்ச மாசங்களாகவே சந்தேகம். You bloody shit of a woman. ஆட்டுக்கு இருக்கும் மூளை இருந்தாக்கூட உனக்குப் புரிந்திருக்கும் அவன் ஏன் ஃபோனை உன் கையில் கொடுக்கறதில்லன்னு. ஏன் அடிக்கடி வெளியூர் போறான்னு. இப்ப என்ன பண்ணப் போற?'
>
> 'விட்றீ. அவ என்ன பண்ணுவா? ஆஃபீஸ் வேலைன்னு நம்புனா. ஒரு வேளை குமுதா சாதாரணமா ஷ்யாம் அங்க வரதைக் கூட வேற மாதிரி புரிஞ்சிருக்கலாம். தவிர நீயும் அவனை கவனிச்சுக்கறதே இல்லை. எந்த விதத்திலும். உனக்கு லா.ச.ரா., சாரு, ஆன் எபர்… இன்னும் பலதுகள் இருக்கே. அதுகள்தான் முக்கியம். சதா அதுகளோடயே சஞ்சாரம் பண்ற. ஷ்யாம் பாவம்.'

இது மயில்.

'ஏய்! ஆகப் பெரிய காமெடி இது! என் எழுத்து எதையுமே ஒழுங்காப் படிக்காத ஒரே மாணவி இவ. இவள் ஃபோனை நான் ப்ளாக் பண்ணி பல நாளாச்சு. சஞ்சாரமா?' கிண்டலாக சாரு நிவேதிதா.

'c'est pourquoi je ne me suis pas mariée' என்றார் ஆன் எபர்.

'அகல்யை படித்ததில்லை? அங்கு கௌதமர். நீ கௌதமி. மன்னித்து விடலாம். சாரமில்லை' என்றார் புதுமைப்பித்தன்.

'Seriously? நீ அப்படி செய்திருந்தால் விட்டிருப்பானா அவன்?' இது ஸோஃபி.

எல்லோரும் அவரவர் கருத்துகளைச் சொல்ல, நான் வீறிட்டேன். 'ஒழிஞ்சு போறீங்களா எல்லாரும். நான் யோசிக்கணும்.'

> 'உனக்கும் சில நாட்களாக சந்தேகம் இருக்குதான? அவன் அடிக்கடி இப்போ ப்யூட்டி பார்லர் போறதும் கவனமா டிரஸ் பண்ணிக்கறதும்... உனக்கு உறுத்திச்சு தான?'

- பெனாத்தா.

> 'அவள் நல்ல தோழியாகக் கூட இருக்கலாம். ஏன் உனக்கு தோழன் இல்லையா என்ன ? மீனா காலேஜ் டூர் போயிருக்கிறாள் இல்ல? ஞாயிற்றுக்கிழமைதானே வருவா. இன்னும் மூணு நாள் இருக்கு. அதற்குள் ஷ்யாமிடம் பேசிவிடு. இது சாதாரண நட்பாகத்தான் இருக்கும்.'

- *மயில்.*

'ஹ! எப்புடி? இவள் தோழர்களை ஷ்யாமுக்குத் தெரியும். இவளுக்குத் தெரியாமல் ஒரு தோழி வைத்துக் கொள்வானேன்?அதுவும் ஒரு வருஷமா?- பெனாத்தா.

உடம்பும் மனதும் விட்டுப் போய் நைட்டியை மாட்டிக்கொண்டு கட்டிலில் சாய்ந்தேன். போர்வையை இழுத்து மூடிக்கொள்ளும்போது கால் கட்டை விரலில் ஆன் எபர் நின்றுகொண்டு என்னை முறைத்துக் கொண்டிருந்தார். Zut! நேர்மேலே ஜோஸா நமுட்டுச் சிரிப்புடன். எள் விழ இடமற்று அனைவரும் நின்றுகொண்டு கசகசவென்று பேசிக்கொண்டிருந்தனர். எனக்குக் கண்ணை இழுத்துக்கொண்டு போயிற்று.

—

அதிகாலை நாலு மணிக்கு காலிங்பெல் சத்தம் எழுப்பியது. ஷ்யாம். 'நீ போய் தூக்கத்தை கண்டின்யூ பண்ணு' என்றான் புன்முறுவலுடன்.

'யேய்...அவளோடதான் இருந்துட்டு வரான்'

- குரூர சிரிப்புடன் பெனாத்தா.

'ஆரம்பிக்காத காலைலயே' என்று அவளை அமட்டிவிட்டு மறுபடி தூக்கத்தை தொடர முடியுமாவென்று முயற்சி செய்தேன்.

மௌத்கல்யர் ஓவென்று பிலாக்கணம் வைத்துக்கொண்டிருக்க, நளாயினி 'வந்து தொலை க்ருஹசாரமே!' என்று அவரை கூடையில் அமர வைத்து முனகிக்கொண்டு சும்மாடிட்ட தலையிலேற்றினாள்.

'ஊராரெல்லாம் நதிக்கரையில் குளித்து சூரிய நமஸ்காரம் செய்துகொண்டிருக்க, இப்படி இந்த குஷ்டரோகியை சுமந்து திரிகிறேனே. யாருக்காக? இவர்கள் மெச்சவா?' தன் மனம், புத்தி, சம்ஸ்காரம் எல்லாவற்றையும் கரித்துக் கொட்டிக்கொண்டு வெறுப்பாக நடந்தாள். மலையின் ஒற்றையடிப் பாதையில் அவள் நடந்தபோது வியாசர் ஒரு எட்டி மரத்தினடியில் அமர்ந்திருந்ததை அவள்

கவனிக்கவில்லை. நான் கவனித்தேன். என்னைப் பார்த்து விட்டார். நளாயினியைக் கண்ணைக்காட்டி பின் என்னைப் பார்த்து முறுவலித்தார். ஆத்திரத்தில் பக்கத்தில் இருந்த கல்லை எடுத்துக்கொண்டு திரும்பினால் வியாசர் அங்கு இல்லை.

'நீயுமா வ்யாஸ்? தூக்கத்துல வர்றதெல்லாம் அத்துமீறல்.'

'என்ன பண்ணப் போற?'

'என்ன பண்ணப் போற?'

'என்ன பண்ணப் போற?'

எழுந்து காபிபோட்டுக் குடித்துவிட்டு ஷ்யாமுக்கும் கொடுத்தேன்.

'அப்புறம். என்ன நடக்குது?' என்றான் மலர்ந்த முகத்துடன். 'ஏதோ ரம்யா ஃப்ரெண்டோட பார்ட்டிக்குப் போனியே?'

'சொல்லு'

- குமுறலுடன் உள்ளிருந்து கர்ஜித்தாள் பெனாத்தா.

ஒரு மிடறு காபியைக் குடித்தேன். அவன் பார்வையை தவிர்க்கத் திரும்பி பலகணியை தன் கிளையால் இடித்துக்கொண்டு நிற்கும் எண்பது வருட மாமரத்தைப் பார்த்தேன். பரந்து விரிந்த கிளைகளுடன் ஆயிரக்கணக்கான ஜீவராசிகளுக்கு அடைக்கலம் கொடுத்துக் கொண்டிருந்தது.

'யேய். யார் இருக்கா அங்க? வேணாம்டி. நேம் டிராப்பிங் பண்றன்னு பிச்சுடும் சமூகம்.'

- பெனாத்தா.

'பாத்தியா! உனக்கு ஒருமுகமா ஒரு விஷயத்தை

அணுகத் தெரியாதுன்னு எனக்குத் தெரியும். ஆனா இந்தமாதிரி இக்கட்டான சமயத்துல கூடவா? அங்க பாரு ஷ்யாம் உன்னையே லூஸு மாதிரி பார்த்துகிட்டு இருக்கான். சொல்லு. பதில் சொல்லு'

- *மயில்.*

'உன்ன பொறுக்கின்னு ரம்யா ஃப்ரெண்ட் சொன்னா' என்று நாக்கு நுனி வரை வந்த வார்த்தை அமுங்கி 'என்ன, எல்லாம் சாப்டுட்டு அரட்டைதான். வேற என்ன நடக்கும் நாலு பேர் சேர்ந்தா' என்று சொல்லிவிட்டு அவன் முகத்தைப் பார்க்காமல் சமையலறைக்குள் நுழைந்தேன்.

—

உடைந்து அழத் தோன்றவில்லை. வருத்தமும் இல்லை. ஆத்திரம் மட்டும் பொங்கிப் பொங்கி வந்தது. அவனிடம் பேச வேண்டுமென்றால் இன்னும் இரண்டு நாட்களுக்குள் பேச வேண்டும். இரண்டு நாள்களில் அப்பாம்மை ஊரிலிருந்து வருவதாகச் சொல்லியிருந்தாள். என்னவென்று பேச? நான் என்ன குறை வைத்தேன் என்றா? கொஞ்சம் அபத்தமாக இருந்தது. ரம்யா பொறுக்கமாட்டாமல் அதற்குள் பத்து பன்னிரெண்டு முறை கூப்பிட்டு விட்டாள். கவலைப்படாதே என்று அவளை சமாதானம் செய்தாயிற்று. பெனாத்தாவைத்தான் சமாளிப்பது பெரும் கஷ்டமாகியிருந்தது.

'அந்தப் பொம்பளகிட்ட நீ பேசற. யாருடீ நீ என் புருசன வச்சுருக்கன்னு அசிங்கமா நாக்கப் புடுங்கிக்கற மாதிரி கேக்கற. சரியா?அந்த அபார்ட்மெண்ட்டே அதிரணும்.'

'சே! சே! அதெல்லாம் தப்பு. இவ்வளவு படிப்பும் பின் எதற்கு?'

மாமரத்தின் கிளையில் காலை ஆட்டிக்கொண்டு உட்கார்ந்திருந்த சார்ல்ஸ் டிக்கன்ஸ் கேட்க

> 'ஏய், நீ பேசாத! ஒன்பது குழந்தைகளை வச்சுகிட்டு அந்த நெல்லி கூட நீ ஊர் சுத்தல? பதினொரு வயசுல இருந்து நீ இவ கூட இருக்க. நல்ல வார்த்த சொல்லாம பேசற பேச்சப் பாரு. நீயும் ஆம்பள தடியன் தான. பின்ன எப்படிப் பேசுவ? ஆளும் தாடியும் மூஞ்சியும்...'

'ஏய், ஏய்...வேணாம்டி' என்று நான் சொல்லச் சொல்ல டிக்கன்ஸ் பயந்து பறந்து போனார்.

> 'வா! நம்ம பண்டம் சரியில்லைடி, அவளைப் போய் கேட்பானேன். பாவம். நாம கொஞ்ச நேரம் தியானம் பண்ணுவோம்'

என்றாள் மயில்.

பெருங்கூட்டத்தோடு பூஜை ரூமில் உட்கார்ந்து கொண்டேன். எல்லோரும் மலங்க மலங்க விழித்துக்கொண்டு இருந்தனர். 'கொஞ்ச நேரம் நான் நானா இருக்கேன்.'

'நாங்க இல்லாம நீ இல்ல. ஆஃப்டர் ஆல், ஒரு நாலு இன்ச் சதைத் துணுக்குலதான் உன்னோட சந்தோஷம் துக்கம் இருக்கா என்ன? தூக்கிப் போடு. உனக்கும் எவனையாவது எக்காலத்திலாவது பிடிச்சிருந்தா ஏத்துக்கோ' - இது சிமோன் த போவா.

'Women, you owe her everything!!!'

'Women, you owe her everything!!!'

எல்லோரும் கூட்டாகப் பாடினர்.

நானும் சேர்ந்துகொண்டேன். புதுவித தியானம். மனதின் ஒரு மூலையில் அசாதாரண அமைதி நிலவியது. எதுவுமே நடக்காததுபோல் இருந்து விட்டால் என்ன?

நளாயினி திட்டிக்கொண்டே ஆனால் திடமான மனதுடன் தாசி வீட்டுக்கு நடந்துகொண்டுதான் இருந்தாள். குஷ்டரோகி சனியனை கூடையோடு குப்பையில் போட்டால்தான் என்ன?

வியாஸர் புன்சிரித்தார்.

சில நாட்கள் கழித்து, ஒரு திருமணத்திற்கு ஷ்யாமுடன் சென்றிருந்தபோது பூதம் மறுபடி தலையைத் தூக்கியது.

'அதோ, அவதான் ஹேமா' என்று ரம்யா காதோரம் கிசுகிசுத்தாள். பதவிசாக சாம்பல் நிறத்தில் புடவை (வரமஹாலஷ்மில வாங்கிருக்கா, அன்னிக்கு நாம பார்த்தமே- ஆ.ஈ.) கட்டிக்கொண்டு அழகாக மிக அழகாக ஒரு நடிகை போல் இருந்தாள். ஷ்யாமைப் பார்த்தேன். சாம்பல் நிறத்தில் சட்டை அணிந்துகொண்டிருந்தான். பார்த்தும் பார்க்காததுபோல் இருவரும் பாவனை செய்துகொண்டிருந்தார்கள். கண்களால் பேசிக்கொண்டது அப்பட்டமாகத் தெரிந்தது. வெறுத்துப் போனது.

'ஊர்ப்பக்கப் பொம்பளைங்களா இருந்தா, வெட்டு ஒண்ணு துண்டு ரெண்டுன்னு பேசி முடிச்சுடுவாங்க. நீ இந்தக் கூட்டத்தை வச்சுகிட்டு இதுங்க சொல்றத கேட்டுகிட்டு இப்படியே வெம்பி வாழ்ந்து முடிச்சுடுவ.'

ஷ்யாமைப்போல் ஒரு மனிதன் கிடைப்பது கடினம். சாணக்ய நீதியில் வருவதுபோல் அவன் அன்னதாதாவாக பயத்ராதாவாக, அன்னமும் பாதுகாப்பும் அன்பும் அள்ளி அள்ளிக் கொடுப்பவனாக இருந்தான். தேடினாலும் இவனைப்போல் என்னை அப்படியே சிப்பமாக என்

கோபதாபங்களோடு ஏற்றுக்கொள்ள வேறு எவராலும் மட்டுமே முடியும். அவள் இவனுக்கு மயங்கியதில் எந்த ஆச்சரியமுமில்லை. பாவம்.

மௌத்கல்யர் இப்படித்தான் இருந்திருப்பாரோ? ஆனாலும்...

இந்தக் கூட்டத்தின் கரைச்சல் தாங்கவொண்ணாமல் பலவித வகுப்புகளில் சேர்ந்துகொண்டேன். அவ்வப்போது ஷ்யாம் அலுவலக வேலை என்று மாதத்தில் பத்து நாட்கள் காணாமல் போவதும், ஃபோனில் வெகுநேரம் பேசுவதையும் கண்டு மனம் வலித்தது.

'மீனா பெரிய பொண்ணு இப்ப. அவ புரிஞ்சுப்பா. நான் தனியா போய்ட்டா என்ன? ஷ்யாமுக்கும் சௌகரியம்.'

'தனியா போய் என்னடி பண்ணுவ அந்தக்கால பி.ஏ. மட்டும் படிச்சுட்டு?' என்றாள் ரம்யா.

'அம்பத்தி மூணு வயசுல இந்த படிப்பை வச்சுகிட்டு என்ன வேலை செஞ்சு... மறுபடி முதல்ல இருந்து எப்படி ஆரம்பிக்க? தெரில. ஏதாவது வழி சொல்லேன்.'

'எனக்கும் தெரில' என்று சோகமாக சொல்லிக்கொண்டே மில்க் ஷேக் குடித்தாள் ரம்யா.

'விட்டு வா. எழுது. உன் எண்ணங்களை எழுது. அதுதான் உன்னை இந்தக் கஷ்டத்திலிருந்து விடுவிக்கும். 'Je suis là!' என்றார் ஹெலன் சிஸூ.

'Name dropping! Name dropping! அவள் சொல்படி எழுதுவதானால் உன்னுடன் சுற்றிக்கொண்டிருக்கும் தமிழ் எழுத்தாள தோழர்களைத் தவிர வேறு யாரையும் எழுத்தில் கொண்டு வரக்கூடாது. மற்றவர்களைத் தெரியாமல் ஷ்யாமைப்போல் உள்ளுக்குள் வைத்துக்

கொள். பல வருடம் name dropping என்று சொல்லிக் கொன்று விடுவார்கள்'

என்று கத்தினாள் பொறுக்காத பெனாத்தா.

*

மூன்று நாட்களாக வானம் மூடிக்கொண்டிருந்தது. மழை அடித்துப் பெய்தது. வீட்டின் முன் இருந்த மாமரம் சிறு வெளிச்சத்தையும் வீட்டினுள் வர இயலாமல் செய்தது. வீட்டில் இருந்தபடியே வரைந்து கொண்டிருந்தேன்.

கண்ணனை உரலில் கட்டிப் போட்டிருக்க யசோதா பக்கத்தில் நின்று குழந்தைக் கண்ணனை ஒரு விரலால் சாடுவது போன்ற ஓவியம். வரைய ஆரம்பித்து பதினைந்து நாட்களுக்கு மேல் ஆகியிருந்தது. இப்போதெல்லாம் குமைவதை நிறுத்தி, ஓவியத்தில் என்னைச் செலுத்தி அதில் மெய்மறக்கிறேன். நீலமேக குண்டுக் கண்ணனும், பின்னால் இருக்கும் மாளிகையும், உரலும், யசோதாவின் உடலும், புடவையும் அழகாக வரைய முடிந்தாலும் ஏனோ யசோதாவின் கண்களில் சரியான பாவனையைக் காட்ட முடியவில்லை. ஒரு கண் கோணலாகப் போனது. பல முறை அழித்தாகி விட்டது. சோகமாக அதைப் பார்த்துக் கொண்டிருந்தபோது ஷ்யாம் வந்தான்.

'என்னப்பா, சோகமா இருக்க. வாவ்! அடிப்பொளி பெயிண்டிங்!' என்று உண்மையாகப் பாராட்டினான்.

'இல்ல ஷ்யாம். கண்ணு சரியா வரல. என்ன பண்றதுன்னு தெரியல.'

'நாலு தடவ அழிச்சு வரைஞ்சா சரியா வந்துடும்.'

'நாப்பது தடவ அழிச்சாச்சு. இனிமே வராதுன்னு தோணியாச்சு. அதுனால வராது. தூக்கிதான் போடணும்.'

'எவ்வளவு அழகா இருக்கு. தூக்கிப் போடாத. வேணும்னா எனக்குத் தெரிஞ்ச ஒரு ஆர்டிஸ்ட் கிட்ட கொடுத்து கண்ணை வரைஞ்சு தரச் சொல்றேன்.'

யாரைச் சொல்கிறான் என்று புரிந்தது. பெனாத்தா எகிற ஆரம்பிக்கும் முன் 'சரி! பண்ணிக் கொடு' என்று சொன்னேன்.

அடுத்த நாள் ஷ்யாம் முகம் மலர அந்த ஓவியத்தை காண்பித்தபோது அசந்துதான் போனேன். கண்களைச் சுருக்கி கோபத்தோடும் அதே சமயம் தன் குழந்தை சூட்டிகையானது என்ற பூரிப்போடும் (உதடுகளையும் இன்னும் பிற இடங்களையும் சரி செய்திருக்கிறாள்) யசோதா உயிரோட்டத்துடன் நின்றாள்.

'தாங்ஸ், யார் இந்த ஆர்ட்டிஸ்ட். அவங்களுக்கு எவ்வளவு தரணும்?' என்றேன் அப்பாவியாய்.

'நான் கொடுத்துக்கறேன். விடு.'

'இல்ல. நான் கொடுக்கணும். எவ்வளவு ரூபா வேணும்னு கேளு' என்றேன் பிடிவாதமாய்.

'விடு, நான் பார்த்துக்கறேன்னு சொன்னேன்ல.' மெல்ல மெல்ல என்னுள் உக்கிரம் பரவியது.

என் பிடிவாதத்தை ஆச்சரியமாகப் பார்த்த ஷ்யாம் 'சரி, கேக்கறேன்' என்றான்.

'இல்ல, இப்பவே கேளு. எனக்கு முன்னாடியே கேளு. எவ்ளோ ஆயிரம்னாலும் பரவால்ல. ஒரேடியாக் கொடுத்து முடிச்சுடலாம்.'

'என்னாச்சு உனக்கு? சரி இரு, கூப்பிடறேன்' என்று அவள் எண்ணை அழுத்தினான்.

மறுமுனையில் அவள் எடுத்ததும் 'ஒரு நிமிஷம். சித்ரா பேசணுமாம்.' என்னைப் பார்த்து 'அவங்க பேரு ஹேமா' என்றான்.

எனக்கு உடம்பு நடுங்கியது. கோபமா, அசூயையா, கொந்தளிப்பா, இன்ன பிறவா என அறியாத உணர்ச்சியுடன் கைபேசியை அவனிடமிருந்து வாங்கினேன்.

'ஹலோ...'

'ஹாய் சித்ரா' என்ற தேனினும் இனிய குரல் என்னவோ செய்தது.

'ரொம்ப நன்றி! அற்புதமா வரைஞ்சு கொடுத்திருக்கீங்க. எவ்வளவு தரணும் உங்களுக்கு?'

'உங்களைப் பத்தி ஷ்யாம் நிறைய சொல்லியிருக்கார். உங்ககிட்ட காசு வாங்க மாட்டேன்' என்றாள்.

என்னுள் ரௌத்திரம் தலைதூக்கியது. 'பிச்சை போடறியா நீ?' கறுவினேன் உள்ளுக்குள். 'இல்ல, அப்படிச் சொல்லக்கூடாது. வாங்கலேன்னா, இந்த ஓவியத்தை திரும்ப உங்களிடமே தந்திடுறேன்' என்று அழுத்தமாகச் சொன்னேன்.

அசாதாரண அமைதி நிலவியது.

'இருக்கீங்களா?'

'இருக்கேன் சித்ரா. சரி! நான் என்ன கேட்டாலும் தர முடியுமா?'

'சிக்கிகிட்ட, சிக்கிகிட்ட' என்று பெனாத்தா கரகமாடினாள். ஒரு முடிவுடன் 'கண்டிப்பா' என்றேன்.

'அப்புறம் கஷ்டம்னு சொல்லக் கூடாது.'

என்ன பீடிகை. என்ன கேட்கப் போகிறாள். ‘சரி! சொல்லுங்க.’

‘நீங்க அற்புதமா சமைப்பீங்கன்னு ஷ்யாம் சொல்லுவார். உங்க கையால சமைச்ச விருந்து சாப்பாட சம்பிரமமா அவரோட உட்கார்ந்து சாப்பிடணும். சாப்பிடக் கூப்பிடுவீங்களா?’

வியாசர் புன்சிரித்தார்.

*

(நவம்பர் 26, 2022)

பாதி கதை

பந்துபோல் உருண்டு வந்த உளுந்து மாவை கரண்டியில் எடுத்து ஜாங்கிரித் துணியில் இட்டு கொதிக்கும் எண்ணெயில் சுழிசுழியாக சமையல் மாமி வரைந்து கொண்டிருந்ததை பார்த்துக் கொண்டிருந்தாள் தைலாம்பாள்.

கறுப்பாக எண்ணெய் பிசுக்கு அடுக்கடுக்காகப் படிந்த அந்த வாணலியை வாஞ்சையோடு பார்த்தாள். திருமணம் நிச்சயமானபின் அனுப்பர்பாளையத்தில் இருந்த தங்கவேல் கவுண்டர் பாத்திரக் கடையில் அப்பாம்மை தட்டித் தட்டிப் பார்த்து வாங்கியது. “இந்தக் கைப்புடி இல்லாத கல்கத்தா சட்டிய எடுத்துக்குங்க. ரொம்ப நல்லா இருக்கும்” என்ற கவுண்டரைப் பார்த்து “சரி! இவ பேர் பொறிச்சுக் குடுங்க” என்று அவள் பட்டியல் போட்டு வாங்கிய பல பாத்திரங்களில் இந்த வாணலிதான் முதல் பாத்திரம். இந்த ஐம்பது வருடங்களில் தன் பெயர் பொறிக்கப்பட்ட பல பாத்திரங்கள் வளைந்து நெளிந்து அடிப்பிடித்து பிளந்து இறந்து போனதில் உயிரோடு கடைசியாக எஞ்சி இருப்பதும் இது ஒன்றுதான். அவ்வப்போது தைலா என்று பொறிக்கப்பட்டிருக்கும் எழுத்தை ஆள்காட்டி விரலால் தடவித் தடவிப் பார்ப்பாள், அலாவுதீன் ஜீனி

போல ஏதோவொன்று தன்னை பால்ய பருவத்துக்கு அழைத்துச் சென்று விடாதா என்ற ஏக்கத்துடன்.

அப்போதெல்லாம் அவள் என்றுமே வயிறு நிறைய சாப்பிட்டதில்லை. ஏழ்மை. தந்தை காந்தியவாதி. அவர் கதர் துணிக்கடையில் வேலை செய்து கொண்டு வரும் சொற்ப சம்பளத்தில் ஏழு உயிர்கள் சாப்பிட்டு வாழ்க்கை நடத்தியது ஹூடினி சாகசம்தான். தினமும் பள்ளிக்கூடம் செல்வதற்கு முன்னோ அல்லது வீட்டிற்கு வந்த பிறகோ ரேழியில் இருக்கும் ராட்டையில் நூல் நூற்க வேண்டும் என்பது அப்பா வைத்த சட்டம்.

பொட்டி ராட்டைதான் தைலாவுக்கும் அவள் தம்பி சுந்தருக்கும். கிஸான் ராட்டையில் அவள் அக்காக்களும் அண்ணனும் நூற்பார்கள். அப்பாவும் அம்மாவும் ஆறு கதிர் ராட்டையில். பட்டை பட்டையாக அடித்திருக்கும் பஞ்சை லாகவமாக கதிரில் இருக்கும் நூலுடன் இணைத்துச் சுற்றி கூம்புபோல் நூல் சேர்ந்தவுடன் சதுரமாக இருக்கும் சட்டத்தில் சுற்ற வேண்டும். நூறு நூல் சேர்ந்தால் ஒரு கண்ணி. கண்ணியை சட்டத்தில் இருந்து எடுத்து கால் கட்டை விரலில் நுழைத்து முறுக்க வேண்டும். அப்படிப் பத்து கண்ணி சேர்ந்தால் ஒரு சிட்டம். ஒரு சிட்டத்துக்கு இருபத்தைந்து பைசா கிடைக்கும். கடைக்காரர் நூலை வாங்கிக் கொண்டு ஒரு சிறிய புத்தகத்தில் வரவு வைத்துக் கொள்வார். பஞ்சு வாங்கிய கணக்கை கழித்துக் கொண்டு தீபாவளி சமயத்தில் வரும் பணத்தில்தான் அவர்களுக்கு புதுத் துணி. தைலாவும் சுந்தரும் வாரத்துக்கு ஒன்று அல்லது இரண்டு சிட்டம் மட்டுமே நூற்பார்கள். பள்ளியில் இருந்து வந்து அவசர அவசரமாக நூற்று விட்டு தெருப் பிள்ளைகளோடு விளையாட ஓடுவார்கள். சற்று அயர்ந்து, இன்று நூற்க வேண்டாம் என்று முடிவு செய்தால் அவள் தந்தை இடுப்பில் இரண்டு கைகளையும் வைத்துக் கொண்டு குறும்புச் சிரிப்புடன் “கொட்டாவி விடுகிறீர்,

குறுகுறு என்கிறீர், கொட்டை நூல் நூற்றால்தான் ஆகாதோ…" என்பார். அப்பாவைப் பார்த்து ஒரு வெட்கப் புன்னகை புரிந்துவிட்டு சந்தோஷமாக கொஞ்ச நேரம் நூற்பாள்.

'வாடா சுந்தர், இப்பத்தான் வராப்ல இருக்கு' என்ற சுவாமிநாதனின் உபசாரம் கேட்டு மெல்ல தலையைத் திருப்பி வாசலைப் பார்த்தாள். வீடு அல்லோல கல்லோலப்பட்டுக் கொண்டிருந்தது. தன் மனைவி, குட்டிகள், பெட்டிகளோடு சுவாமிநாதன் பக்கத்தில் வளைந்து நின்று சிரித்துக் கொண்டிருந்தான் சுந்தர். 'எந்தக் காலத்துல நம்மூர் ரயிலெல்லாம் டயத்துக்கு ஓடீருக்கு அத்திம்பேர், சொல்லுங்கோ… ஒரு மணிக்கூறு பேசின் ப்ரிட்ஜ்ல நிறுத்திப்பிட்டான். ஹாப்பி ஃபிப்டியத் வெட்டிங் ஆனிவர்சரி… அக்கா எங்க' என்று சந்தோஷமாக சமையலறைக்குள் வரும் சுந்தரை விச்ராந்தியாகப் பார்த்தாள் தைலாம்பாள்.

'அம்பது வருஷம் அத்திம்பேர் உன்னோட குப்பை கொட்டிட்டார். ஹி…ஹி…' என்று ஆண்கள் ஹாஸ்யம் என்று நினைக்கும் டெம்ப்ளேட் கண்றாவி வாக்கியத்தோடு அவன் அசடு வழிந்ததைப் பார்த்து தைலாம்பாளுக்கு பற்றிக்கொண்டு வரவில்லை,மாறாக பாவமாக இருந்தது.

'அதுசரி! குப்பையாக்கினவா கொட்டத்தானே வேணும்.'

அவன் அதைக் காதில் வாங்கிக் கொள்ளாமல் 'என்ன இது? இன்னிக்கும் அடுக்களையில். சமையல் மாமி இருக்கால்ல. எழுந்து வெளிய வா' என்றான்.

'ஆகட்டும். சித்த நாழி கழிச்சு வரேன்' என்றாள் தைலாம்பாள்.

ஹாலில் நடுநாயகமாக கம்பீரமாக தேஜஸோடு வீற்றிருந்தார் சுவாமிநாதன். எல்லோரும் வாய் கொள்ளாத சிரிப்போடு அவரைச் சுற்றிச் சுற்றி வந்தார்கள்.

'அத்திம்பேரைப் பாரேன். என்ன அழகு அந்தப் பெருமாளைப் போல. எனக்கு மட்டும் திருப்பாணாழ்வார் மாதிரி ஞானம் இருந்தா அமலனாதிபிரான் போல சுவாமிநாதபிரான்னு ஒரு பத்து பாசுரம் அவர் மேல எழுதியிருப்பேன். நீ ரொம்ப கொடுத்து வச்சவ அக்கா. எத்தனை பேருக்கு உன் மேல பொறாமை தெரியுமா?'

'ஹ்ம்... பொறந்தாத்து பெருமைய உடம்பொறந்தான்ட்ட அளக்கறாம்பா, என் புக்காத்து பெருமைய உடம்பொறந்தான் அளக்கற பாக்கியம் யாருக்குக் கிடைக்கும். போ, போய் வேலையப் பாரு.'

ஹாலில் எல்லோருடனும் சாந்தமாக முகம் மலர உரையாடும் தன் கணவரைப் பார்த்தாள். ஆறடி உயரம். கூர்மையான மூக்கு. தீர்க்கமான கண்கள். தலைக்குப்பின் ஒளிவட்டம் இல்லாதது மட்டுமே குறை. 'எழுபத்தி எட்டு வயதிலும் அட்ட சட்டமா நன்றாகத்தான் இருக்கிறார் பார்க்க. சமூகம் கெட்டவை என்று வரையறுத்திருக்கும் எந்தப் பழக்கமும் இல்லை. குடும்பமும், நண்பர்களும் அவரை காட்ஃபாதர் போல் மதிக்கின்றனர். எனக்கு அவரிடம் பிரச்சினை என்று சொன்னால் யாரும் ஒத்துக் கொள்ளப் போவதில்லை. அதைவிட எதில் பிரச்சினை என்று சொன்னால் எல்லோரும் எப்படியெல்லாமோ சிரிப்பார்கள்' என்று நினைத்தாள் தைலாம்பாள்.

வேண்டாம் இந்தக் கூத்து என்று சொல்லியும் கேட்காமல் தங்கள் ஐம்பதாவது கல்யாண நாளை விமரிசையாகக் கொண்டாட ஏற்பாடு செய்திருக்கிறாள் அவர்களின் ஒரே மகள் பரணி. தைலாம்பாளுக்கு ரசிக்கவேயில்லை. 'என்ன வாழ்ந்து முடிஞ்சுண்டேன்னு இப்படிக் கூத்தாடறா? அடுக்களையே திருப்பதின்னு இருந்தாச்சு. இன்னும்

இந்தப் பாத்திரம் பண்டமெல்லாம் என்னண்ட சண்டை மட்டும்தான் பிடிக்கல.'

மூன்று வேளையும் விதவிதமாகச் சாப்பிட வேண்டும் சுவாமிநாதனுக்கு. வெங்காயம் பூண்டு சாப்பிடுவதில்லை. அதனாலும், சிலபல கொள்கைகளாலும் வெளியில் என்றுமே சாப்பிடுவதில்லை. வேறு வழியில்லை தைலாம்பாளுக்கு. மூன்று வேளையும் சமைத்தே ஆக வேண்டும். சுவாமிநாதனுக்கு காலையில் இரண்டு டிஃபன் வேண்டும். இட்லி - பொங்கல், தொட்டுக் கொள்ள சட்னி, சாம்பார் அல்லது பூரி - இட்லி அல்லது தோசை - இட்லி, இப்படி...

மதியம் சாம்பாருடன், ரசம், கூட்டு, காய், பச்சடி இல்லையென்றால் அவியல், துவையல், வத்தக்குழம்பு, எக்ஸெட்ரா, எக்ஸெட்ரா... மொத்தத்தில் அவருக்கு ஐந்துவகை உணவு மதியம் வேண்டும். இரவு மறுபடி சிற்றுண்டி. அவர் சாப்பிடுவது என்னவோ கொஞ்சம்தான். எல்லாவற்றிலும் கொஞ்சமே கொஞ்சம் எடுத்துக் கொள்வார். ஆனாலும் அத்தனையும் வக்கணையாக இருக்க வேண்டும். 'I am a connoisseur of food' என்று எல்லோரிடமும் பெருமை பீற்றிக் கொள்வது வாடிக்கை.

சுவாமிநாதனைச் சுற்றி உறவினர் கூட்டம் பவ்யத்துடனும் கண்களில் ஏகப்பட்ட மரியாதையுடனும் வீற்றிருந்தது. அவர் பேசும் ஒவ்வொரு சொல்லையும் கூட்டம் அப்படியே உள்வாங்கிக் கொண்டிருந்தது. சமையலறையில் இருந்து தைலாம்பாள் பார்த்தபோது அதிநவீன நாடகம் ஒன்று அரங்கேறிக் கொண்டிருப்பதைப் போல் அவளுக்குத் தோன்றியது. 'பாறை எல்லாருக்கும் தெய்வமாயிடுத்து, தெய்வம் எனக்கு மட்டும் பாறையாயிடுத்து.' அவள் வயிறு சங்கடம் செய்தது. மடியில் ஓய்வெடுத்துக் கொண்டிருந்த கைகளைப் பார்த்தாள். பூப்போட்ட சேலையின் மேல் அவை சுகமாகப் படுத்திருந்தன.

“எனக்கு இந்த தடவை பூப்போட்ட பாவாடை வேணும் தீவாளிக்கு” என்று அப்பாவிடம் கேட்ட தைலாம்பாளை அவள் அக்கா காந்திமதி கண்களால் அடக்கினாள். தீபாவளிக்கு, கடையில் வேலை செய்பவர்களுக்கு தள்ளுபடி விலையில் துணிகள் எடுக்க அனுமதி உண்டு. வெறும் வெள்ளைத் துணி விலை கம்மி. அதனால் தைலாவின் தந்தை வெள்ளைத் துணி சில மீட்டர்கள் வாங்கி அதை பச்சையிலோ அல்லது நீல நிறத்திலோ சாயப்பட்டறையில் முக்கி வாங்கிக் கொண்டு வருவார். அது அவர்களின் தீபாவளித் துணியாகவும் பள்ளிச் சீருடையாகவும் இரட்டை வேலை செய்யும். தைலாம்பாள் பெரியவளானதும் அவள் அத்தை முதல்முதலாக பாம்பேவிலிருந்து பூப்போட்ட சீட்டிப் பாவாடை வாங்கி வந்தபோது தைலாவுக்கு உலகம் மிக அழகானதாகத் தோன்றிற்று. ‘நான் நினைச்சது எல்லாம் நடக்கறது சுந்தர். விதவிதமா சாப்பிட மட்டும் கிடைச்சுதுன்னா போறும். உலகத்துலயே சந்தோஷமான ஆள் நான்தான்’ என்று இரு கைகளையும் மேலே தூக்கி, முகத்தை வான் நோக்கி வைத்துக்கொண்டு பரபரவென்று பூப்போட்ட பாவாடையுடன் சுற்றினாள்.

‘தைலா அருமையா சமைப்பாள்’ என்று அவ்வப்போது, முன்னரே அறிவிக்காமல், தனக்குத் தெரிந்தவர்களை சுவாமிநாதன் தன் வீட்டில் சாப்பிடக் கூட்டிக் கொண்டு வருவதுண்டு. என்றைக்காவது ஒரு நாள் தைலாம்பாளுக்கு உடம்பு சரியில்லையென்றால் ‘பெருசா ஒண்ணும் பண்ண வேண்டாம். ஒரு சீரக ரசம் வெச்சு, ஏதாவது ஒரு காய் பண்ணி, துகையல் அரைச்சு, அப்பளத்தை சுட்டு வச்சுடு. போறும்’ என்பார். தைலாம்பாளுக்கு அழுகையாக வரும்.

அவர்களின் ஒரே பெண் பரணி ஹாஸ்டலில் தங்கி படித்துக் கொண்டிருந்தாள். விடுமுறையில் வீட்டுக்கு வருவதோடு சரி. அப்படியே அவள் வக்கீலுக்கும் படித்து

அவளுக்குத் திருமணமும் செய்து கொடுத்தாயிற்று. 'இதோ பிழைத்துக் கிடந்தால் இன்னும் இரண்டு வருடத்தில் அவளின் ஐம்பது வயது பிறந்த நாளையும் கொண்டாடி விடலாம்' என்று நினைத்தாள் தைலா.

'அம்மா, வா' என்று பரணி ஹாலுக்கு இழுத்துக் கொண்டு போனாள். எல்லோரும் பாட்டுப் பாட கேக் வெட்டி, நல்ல விருந்து சாப்பிட்டு முடித்துவிட்டு, அவள் தம்பியின் குடும்பமும் பெண்ணின் குடும்பமும் மட்டும் இருக்க, மற்றவர்கள் ஒவ்வொருவராக விடைபெற்றுக் கிளம்பினார்கள்.

மாலையில் தைலாம்பாளும், சுந்தரும், பரணியும் மொட்டை மாடியில் உட்கார்ந்து பேசிக் கொண்டிருந்தபோது பரணி கேட்டாள் 'அம்மா, ஏன் என்னவோ போல இருக்க? உடம்பு கிடம்பு சரியில்லையா?'

'ஆமா அக்கா நானும் கேக்கணும்னு நினைச்சேன். என்னாச்சு?'

தைலாம்பாளுக்குத் தயக்கமாக இருந்தாலும் மனதில் இருப்பதைச் சொல்ல ஒரு நல்ல சந்தர்ப்பத்திற்காக காத்துக் கொண்டிருந்தாள். உப்பே தொட்டு கற்பூரம் வரை எல்லாக் கதைகளையும் மகளிடம் பேசினாலும் பல மாதங்களாக ஒவ்வொரு முறையும் இவ்விஷயம் பேசுவதற்கு நா எழுந்து, பின் வழுக்கிக் கொண்டு போய் வேறு விஷயத்தில் நிற்கும். ஆனால் இப்போது இந்தக் கணத்தைச் சரியாக பயன்படுத்திக் கொள்ள வேண்டும் என்ற உத்வேகம் வந்தது.

'எனக்கு டைவர்ஸ் வேணும்.'

இறுக்கமான உதடுகளுடனும் தீர்க்கமான கண்களுடனும் அழுத்தமான குரலில் சொன்னாள் தைலாம்பாள். பரணியும் சுந்தரும் அசந்து போனார்கள்.

'என்னம்மா சொல்ற?'

'போறும் பரணி, என்னால் ஆகலை. சிறு பிராயத்துல விதவிதமா சாப்பிடணும்னு ஆசை வரும். அப்போல்லாம் பக்கத்து வீட்டுல அடுப்பெரிக்க விறகு வாங்குவா. அவா இருக்கப்பட்டவா. நம்ம வீட்டுல, ராட்டை செய்யும்போது விழற துண்டுகளை அப்பா கம்மி விலைக்கு வாங்கிண்டு வருவார் அடுப்பெரிக்க. வண்டிக்காரன் பக்கத்து வீட்டுக்கு விறகு கொண்டுவந்து போட்டால் நானும் சுந்தரும் குஷியாகி விடுவோம். விறகை சமையலறையில் கொண்டு போய் அடுக்கிக் கொடுத்தா ஒரு பிடி பொட்டுக்கடலை கொடுப்பா. அதிர்ஷ்டமிருந்தா சில நாள் வேர்க்கடலை கிடைக்கும்.'

"ஞாபகமிருக்காடா சுந்தர்? எல்லாருக்கும் ஒரு கரண்டி சாம்பார்தான் கிடைக்கும். அப்பா 'ஒரு கரண்டி சாம்பார்ல நன்னா கெட்டியா பிசைஞ்சுக்கோ. அப்பறம் கால் கரண்டி சாம்பார் தனியா அம்மா விட்டப்பறம் அதைத் தொட்டு சாப்பிடு. அப்போ நன்னா சாம்பார் சாதம் சாப்பிட்டதுபோல் ஆயிடும்'னு சொல்வாரே! அப்போ சாப்பாடு எவ்வளவு பெரிய பிரச்சினையா இருந்தது. இப்பவும்தான். ஆனா வேற மாதிரி. விதவிதமா சாப்பிடணும்னு பகவானை வேரோட பிடுங்கி வேண்டிண்டேன் போல. அதனால் அதாலேயே இப்போ அடிச்சுப்பிட்டார். பரணி, வக்கீலுக்கு உன்னப் படிக்க வச்சதுக்கு ஒரு மகளா நீயே இந்த உதவிய எனக்குப் பண்ணிடு."

"அம்மா, உனக்கென்ன பைத்தியமா? எழுபது வயசாறது உனக்கு. எனக்கே நாப்பத்தியெட்டு. உன் பேரனுக்கு இருபத்தஞ்சு, ஊர் சிரிக்கும். இத்தன வயசுக்கப்றம் அப்பா என்ன செய்வா தனியா?"

"இலைல எண்ணையத் தடவி தூக்கி எறியற வடம ஜம்பம்டீ அது. சித்த கூட கலங்காது. அவரைப் பார்த்துக்க ஆயிரம் பேர் வருவா."

"ஏன், உன்னோட அஷ்டசாஸ்திர அலுக்கு பிலுக்க நீ காட்டறியா? அத்திம்பேர் மாதிரி ஒரு மஹானை விட்டுட்டு போறேன்னு சொல்றியே, அதுவும் அம்பது வருஷத்துக்கு அப்றம், என்னதான் பண்ணினார் அவர்? வக்கணையா சமைச்சுப் போடுன்னு கேக்கறது ஒரு குத்தமா?" என்று சுந்தர் சீறினான்.

"ஆமாம்மா, மாமா கேக்கறது சரிதான? என்னாச்சு உனக்கு?"

"ஏன், நீ ஒரு நாளைப் போல பண்ணித்தான் பாரேன். மூணு வேளையும் கொஞ்சம் கூட அலுக்காம விதவிதமா... ஒரு வருஷம், ரெண்டு வருஷம் இல்ல, அம்பது வருஷம் வடிச்சுக் கொட்டியிருக்கேன் மூணு வேளையும். ஒரு நாள் ஓய்வில்ல. கல்யாணம் காட்சிக்கு வெளிய போய்ட்டு வந்தாலும் வீட்டுல சமைக்கற கொடுமையெல்லாம் ஆம்பிள அவனுக்கு புரியாதுன்னாக் கூட பரவால்ல, ஒரு க்ளாஸ் டீ வேணும்னாலும் ஸ்விக்கி பண்ற உன்னோட தலைமுறைக்குக் கூடவா புரியல பரணி? அடுக்களையைத் தவிர எனக்கு வேறெதுவுமே தெரியலைங்கறது தனக்குப் பெரிய அவமானம்னு கூடத் தெரியாத சுரணையற்ற ஜீவனோட இனி என்னால வாழ முடியாது. கொஞ்சம் விட்டுக் கொடுத்திருந்தால் கூட போகட்டும், பேய்க்கு வாழ்க்கைப் பட்டுட்டோம், புளியமரம் ஏறிடலாம்னு தோணிருக்கும். ஆனா ஒரு நாள், ஒரே ஒரு நாள் நான் சுணக்கம் காட்டினால் போறும் அரைப்படி வெங்கலப்பானை மாதிரி முகத்தை வச்சிக்கும், இனி புளியமரம் ஏற திராணி இல்ல, ஆனா பிடுங்கு பட்டு சாகாம காப்பாத்திக்கலாம் இல்லையா?'

"அம்பது வருஷமா என்ன பண்ணின? இப்ப லேட் அக்கா..."

"அதாண்டா, லேட் அக்காவாறதுக்கு முன்னால கொஞ்சம் சுதாரிச்சுக்கப் பாக்கறேன்."

“அக்கா, ஊர் என்ன சொல்லும்னு நினைச்சுப் பாத்தியா?” கெஞ்சினான் சுந்தர்.

“ஊர் உதடு தேயத்தான் பேசும், என் உள்ளங்காலும் மனசும் தேயறது அவாளுக்குத் தெரியாது. ஊருக்கு அவர்தான் மஹானுபாவர். நான் பூதகியாவே இருந்துட்டுப் போறேன். ஒரு நா சாயந்திரம் பீச்சுக்கு பக்கத்து வீட்டு ப்ரியாவோட போயிட்டு வரேன்னு சொன்னா, ஃப்ளாஸ்க்ல காஃபி போட்டு வச்சுட்டுப் போன்னு சொன்னார். வந்து பார்த்தா காபி அப்படியே இருந்தது. முகம் குடுத்து ரெண்டு நாள் பேசல. கெஞ்சிக் கூத்தாடி கேட்டதுல, காபி ஆறிப் போய் இருந்துதாம். அது மட்டுமில்லாம அதோட ரெண்டு தவிட்டு பிஸ்கட் சாப்பிடுவாரே, அதையும் எடுத்து வச்சுட்டு போகலையாம். எனக்கு எதுக்கு இந்த எழவு ஆசைன்னு எங்கேயும் போகறதில்ல அதுக்கப்பறம்.”

‘நான் இயல்பிலேயே ரொம்ப சந்தோஷமானவடா. சாதத்தை மொய்க்கிற ஈயோடையும் சர்க்கரையைத் தேடி வர்ற எறும்போடையும் மட்டும் பேசியே என் வாழ்க்கை முடிஞ்சு போயிடுமோன்னு பயம் வந்துடுத்து. ‘தைலாக்குட்டி, கவர்மெண்ட் மாப்பிள்ளைடி, மட்டுமில்லாம வேதபாடம் அத்தனையும் கரைச்சு குடிச்சிருக்கார். ராஜியோட கல்யாணத்துல நீ கலகலன்னு ஓடியாடி வேலை செய்யறதப் பார்த்துட்டு அவராவே பொண்ணு கேட்டு வந்திருக்கார். இனி நீ ஆசைப்பட்டதுபோல நன்னா சாப்பிடலாம் குட்டி’னு பாவம் அப்பா சந்தோஷப்பட்டார். சர்க்கரைன்னு நினைச்சு என்னை உப்புல தள்ளினது தெரியாமலே போய் சேர்ந்துட்டார். எழுபது வயசு ஆயிடுத்துடா. எனக்கு கொஞ்சமே கொஞ்சமேனும் உலகம் பார்க்கணும்டா சுந்தர். இதோ இங்கிருக்கற அன்னபூர்னேஷ்வரி போகணும், முடிஞ்சா மானசரோவர் போகணும், காலாற பீச்சுல நடக்கணும். என் வயசுள்ள பொம்மனாட்டிகளை

ஃப்ரண்ட் பண்ணிக்கணும் நிறையப் படிக்கணும் எழுதணும்... இன்னும் எவ்வளவோ... மிஞ்சி மிஞ்சிப் போனா பத்து வருஷமா? அதுக்குள்ள வேகவேகமா ஒரு வாழ்க்கை வாழ்ந்துடறேனே... ப்ளீஸ்...'

'தைலா...மூணு பேரும் கீழே வரேளா' என்ற சுவாமிநாதனின் குரல் கேட்டது.

'அம்மா, யோசிக்கலாம். இப்போ வா போவோம்.' மூவரும் கீழே இறங்கினார்கள்.

'தைலா, சமையல் மாமியோட சமையல் ஒண்ணும் சுகிக்கல. ஆறின ரசத்துல வெடிக்காத கடுகு தாளிச்சா மாதிரி ஒரு சமையல். மிச்சமிருக்கற எல்லாத்தையும் நம்ம பூங்காவனத்த எடுத்துண்டு போய் ஏழை பாழைகளுக்குச் கொடுக்கச் சொல்லு. எல்லாருக்கும் நீ அக்கி உசிலி பண்ணி, வெடிக்க விட்ட மோர்க் குழம்பு பண்ணிடு. அப்படியே தேங்காய் சட்னியும் அரைச்சுடு' என்று பதிலை எதிர்பாராமல் சொல்லிவிட்டு அகன்றார்.

வெடுக்கென்று முகத்தைத் திருப்பி பெண்ணையும், சுந்தரையும் பார்த்தாள் தைலாம்பாள்.

*

(ஜனவரி 5, 2022)

Oh! Les Français!!!

அன்று கரோல் எங்களைத் தனியாகப் போகச் சொல்லிவிட்டார். கரோல் வீட்டில்தான் நானும் என் தோழி லதாவும் தங்கியிருந்தோம். அவருக்கு ஆஃப்கன் அகதிகளுக்கு சமைத்துக் கொடுக்கும் வேலை இருந்தது. ஞாயிற்றுக்கிழமையானால் எழுபத்தைந்து வயது கரோலும் அவருடைய நண்பர்களும் தோழி ஒருவர் வீட்டில் ஒன்றாகக் கூடி சமைப்பார்கள். பின் ஸ்டாலின்க்ராட் மெத்ரோவுக்கு அடியில் வாழும் அகதிகளுக்கு சமைத்த உணவை தனித்தனி பொட்டலமாகக் கட்டி விநியோகம் செய்வார்கள்.

'இதோ இங்கிருந்து மெத்ரோ பெலெதியருக்குப் போக மேப் போட்டுத் தருகிறேன்' என்று சொல்லி ஒரு நோட்டுப் புத்தகத்தின் பக்கத்தை அதிவேகத்தில் கிழித்து வரைந்தார் கரோல்.

'இப்படியே போனால் ஒரு நாலு ரோடு வரும், அதில் இந்த ரோடில் திரும்பினால் Rue Lafayette வரும். அப்படியே நேராக, நேராக (allez tout droit, tout droit...) போய்க்கொண்டேயிருந்தால் பெலெதியே ஸ்டேஷன் வந்துவிடும். ஒன்றும் கஷ்டமில்லை' என்றார்.

ஆனால் பிரெஞ்சுக்காரர்களுடைய 'நேராக' என்பது அவ்வளவு வளைந்திருக்கும் என்று நினைத்துக்கூடப் பார்க்கவில்லை. அதுவும் மூன்று கிலோமீட்டர் தூரத்தையெல்லாம் பக்கம்தான், நடக்கிற தூரம் என்கிறார்கள். லோகல் சிம் கார்டு போட்ட ஒரு கைபேசியில் கூகுள் மேப் போட்டிருந்தாலும்கூட அது அவ்வப்போது மக்கர் செய்தது. முதுகில் பையும், ஒரு கையில் கரோல் பாட்டியின் மேப்பும், மறு கையில் கைபேசியுமாக மாறி மாறி பார்த்துக்கொண்டிருந்தேன்.

கூட வந்த லதா 'ஒழுங்கா கூகுள் மேப்ப பாரு, இல்லைன்னா கரோல் வரைஞ்சு கொடுத்ததப் பாரு' என்று சொல்லவும் எரிச்சல் வந்தது.

'ஏன், நீ பாரேண்டி' என்று அவளிடம் போனைத் திணிக்கப் போக 'சரி, சரி, நான் ஒண்ணும் சொல்லலை' என்றாள்.

நேராகப்போ என்று கூகுள் குட்டி சொன்னாலும், பாட்டியின் மேப் இடதுபுறம் போகச் சொன்னது. குழம்பி, அப்படியே 360 டிகிரி திரும்பினால், அந்த ரோடிலும் நேராகப் போகச் சொன்னது கூகுள்.

ஒன்றுக்கொன்று வித்தியாசம் சொல்லமுடியாதபடி இருக்கும் பாரிஸ் தெருக்களில் தலையை அப்படியும் இப்படியும் ஆட்டி பொம்மலாட்ட பொம்மையைப்போல் ஆடிக் கொண்டிருந்தேன்.

நான் அல்லாடுவதைப் பார்த்த நல்லுள்ளம் படைத்த ஒருவர் அதிசயமாக ஆங்கிலத்தில் எப்படிப் போக வேண்டும் என்று விளக்கினார். அவர் கண்டிப்பாக பிரெஞ்சுக்காரராக இருக்க சாத்தியமில்லை.

ஏனெனில், ஒரு வழியாக ஸ்டேஷனை அடைந்தபோது சரியான ஸ்டேஷனா என்ற சந்தேகம் வந்துவிட்டது. ஒரு

'எக்ஸ்க்யூஸ் மீ, ஹலோ' என்ற எந்த வாழ்த்துக்களும் இல்லாது நம்மூர் போல ஆங்கிலத்தில் 'இங்கு வரும் ரயில்கள் தோபாந்தோ(ன்) போகுமா?' என்று லதா கேட்டாள். யாரும் சட்டை செய்யவில்லை. முகத்துக்கு நேராகப் போய் நின்று இதே கேள்வியைக் கேட்டாலும் முகத்தைக்கூடப் பார்க்காமல் அப்படியே நம்மை பக்கவாட்டில் அரைவட்டம் அடித்துச் சென்று விடுவார்கள்.

நான் பிரெஞ்சில் 'எக்ஸ்க்யூஸே முவா' என்றதும் ஒரு பெண்மணி 'உய்' என்றபடி நின்றார். எனக்குத் தெரிந்த ப்ரெஞ்சில் நான் கேட்க அவர் எதிர்த்த பிளாட்பார்மை காட்டி அங்கு செல்ல வேண்டும் என்றார். மெர்சி என்று சொல்லிவிட்டு எதிர்த்த பிளாட்பார்ம் சென்றோம்.

எல்லோரும் சொல்வதுபோல் ஆங்கிலத்தில் கேட்டால் பிரெஞ்சுக்காரர்களிடமிருந்து பதில் வருவதில்லை. வருவதேயில்லை. பாரிஸில் எப்படியும் அரை மணிக்கொருதரம் தமிழ் முகத்தைப் பார்த்து விடலாம். தமிழையும் கேட்டு விடலாம். ஆனால் பிரான்ஸில் வேறு இடங்களுக்குச் சென்றால் கண்டிப்பாக பிரெஞ்ச் தெரிந்திருக்க வேண்டும்.

மீ...கோ...பெலெதியே..வேர்? என்று பிரெஞ்சில் கேட்கத் தெரிந்தால் போதும். அரைமணி நேரம் பிரெஞ்சில் பேசி ஆசையாக வழி சொல்வார்கள். பிரச்சனை என்னவென்றால் அவர்கள் சொல்வதைப் புரிந்துகொள்ளத் தெரிய வேண்டும். பேசுவதைக் காட்டிலும் புரிந்துகொள்ளும் திறன் ரொம்ப முக்கியமானது. நான் தினமும் பிரெஞ்ச் வாசித்து, யூட்யூபில் நிறையக் கேட்பதால் அந்தப் பிரச்சனை எனக்கு இருக்கவில்லை. நான் இலக்கண சுத்தமாக பிரெஞ்சு பேசுவதாகவும், இரண்டு மாதங்கள் அங்கிருந்தால் சரளமாக பேசிவிடுவேன் என்றும் கரோல் பாட்டி

சொன்னது புல்லரிக்க வைத்தது. நீ என்னுடன் பிரெஞ்சிலேயே பேசு என்று கரோலிடம் சொல்லிவிட்டேன்.

கரோலை ஒரு வாரத்திற்குமுன் 'நீங்கள்' என்று விளித்தபோது கோபித்துக் கொண்டார். 'அப்படியானால் நான் உனக்கு நெருக்கமானவள் இல்லையா?' என்றார். 'இல்லை எங்கள் ஊரில் பெரியவர்களை நீங்கள் என்று அழைப்பதே வழக்கம். பெயர் சொல்லிக்கூட கூப்பிட மாட்டோம். நான் தான் உங்களை பெயர் சொல்லி அழைக்கிறேனே' என்று சொன்னாலும் அவர் கேட்பதாயில்லை.

'பெயர் வைத்திருப்பது கூப்பிடத் தானே! கிழவியாகிவிட்டால் நம் பெயரை யாரும் கூப்பிட்டு கேட்க முடியாதது எவ்வளவு பெரிய கொடுமை. அப்புறம் உன் இஷ்டம்' என்றார்.

அப்போது எனக்கு என் அப்பாம்மையின் நினைவு வந்தது. அவளை நீ, வா, போ என்று தானே அழைப்பேன் அன்பு எல்லை மீறினால். உடனே 'நீ என்னுடைய சின்ன முட்டைக்கோசு கரோல்' (mon petit chou) என்று அணைத்துக் கொண்டேன்.

'பிசு பிசு, ஓடு, எனக்கும் நேரமாச்சு. சீக்கிரம் வீட்டுக்குத் திரும்புங்கள்' என்றார் முகம் மலர. பிசு பிசு என்றால் பிரெஞ்சில் முத்தம். வேறு உள்ளார்ந்த அர்த்தம் இதற்கு ஏதாவது இருக்குமா என்று தெரியவில்லை.

***

அந்த வாரக் கடைசியில் லதா இத்தாலி சென்று விட்டாள், அவளுடைய உறவினர் ஒருவரைப் பார்க்க. எனக்கு பாரிஸிலிருந்து 750 கிலோமீட்டர் தூரத்தில் தெற்குப் பகுதியில் இருந்த மோன்பெல்லியெ (Montpellier)

(மோன்பெல்லியெவுக்குச்) செல்ல அழைப்பிருந்தது. ராஜ் எனக்கு வெகுவேக ரயிலில் (TGV) டிக்கட் வாங்கிக் கொடுத்திருந்தார். அவர் குடும்பத்துடன் பாரிஸிலிருந்து அங்கு சென்றிருந்தார். ஜூலை மற்றும் ஆகஸ்ட் அவர்களுக்கு கோடை விடுமுறையாதலால் எல்லோரும் கூட்டம் கூட்டமாக பல இடங்களுக்குச் செல்கிறார்கள். 'ஒரு வீகெண்ட் என் குடும்பத்தோடு செலவழிக்கலாம் வா' என்று கூப்பிட்டதால் சென்றேன். பொதுவாக அப்படி யாரையும் அவர்கள் விடுமுறையின்போது அழைப்பதில்லை. ராஜ் பதினைந்து வயதுவரை பாண்டிச்சேரியில் இருந்ததால் நம்மூர் பழக்கம் இன்னும் சொச்சமிருந்தது. அதற்கு முன் அவருடைய மகளிடம் அனுமதி வாங்கிக்கொண்டே கூப்பிட்டார்.

'வணக்கோம்' என்று என்னை வரவேற்ற அவர் மகள் எம்மா ஒரு அற்புதமான குழந்தை. ராஜுக்கு மோன்பெல்லியெவில் ஒரு அபார்ட்மெண்ட் இருந்தது. சிறிது வசதி படைத்த எல்லோரும் விடுமுறையைக் கழிக்க கூடுதல் வீடு ஒன்றை தெற்குப் பக்கம் வாங்கி விடுகிறார்கள்.

'குளிர்காலத்தில் குளிர் தாங்க முடியவில்லை என்றால் இங்கு வந்துவிடுவோம். தென்பகுதியில் அவ்வளவாக குளிர் இருக்காது. வெறும் 18 டிகிரிதான் இருக்கும். இரவு 10 டிகிரி வரைதான் போகும்' என்றார்.

40டிகிரியில் மட்டுமே வசதியாக இருக்கும் எனக்கு அவர்களைப் பார்க்க வெகு விநோதமாக இருந்தது. 23 டிகிரியில் டெனிம் ஜாக்கெட் மாட்டிக்கொண்ட என்னைப் பார்க்கவும் அவர்களுக்கு அப்படித்தான் இருந்திருக்க வேண்டும்.

'ஏன் உங்கள் கைபேசியில் எல்லா ஆப்களும் ஆங்கிலத்தில் இருக்கின்றன? உங்கள் தாய்மொழி தமிழ்தானே?' என்று கண்களை விரித்து ஆச்சரியமாகக் கேட்டாள் எம்மா.

எங்களுடைய அஃபிஷியல் லாங்வேஜ் ஆங்கிலம்தான். இதோ பார்! மெயிலெல்லாம் ஆங்கிலத்தில்தான் எழுதுவோம்' என்று சொன்னால் அவளால் புரிந்துகொள்ள முடியவில்லை.

'ஒவ்வொரு 200 கிலோமீட்டருக்கும் வெவ்வேறு மொழி, வெவ்வேறு சமையல், வெவ்வேறு உடை எம்மா. நூற்றுக்கணக்கான மொழிகள் உண்டு எங்கள் இந்தியாவில்' என்று ராஜ் பெருமைப்பட்டுக் கொண்டார்.

'எனக்குக்கூட அப்பா மூன்று வார்த்தை தமிழில் சொல்லிக் கொடுத்திருக்கிறார். சொல்லட்டுமா அப்பா?' என்றாள் எம்மா. குறும்பு சிரிப்பு சிரித்துக்கொண்டே 'சொல்லு' என்றார்.

'மூத்தரம், குன்சூ, ஹ்ரத்தத்தின் ஹ்ரத்தமே' என்றது.

ஒருவாறு நான் இதை எதிர்பார்த்திருந்தாலும் ரத்தத்தின் ரத்தமேவை எதிர்பார்க்கவில்லை. அவள் உச்சரித்ததைக் கேட்டவுடன் தாங்கமுடியாத சிரிப்பு. ஸி என்ற எழுத்தை ஹ்ர என்று காரித் துப்புவதுபோல் உச்சரிப்பார்கள். அந்தக் குழந்தைகளுக்கு ஆங்கிலம் வருவதில்லை. உடைத்து உடைத்து அதையும் பிரெஞ்சுபோல் பேசுகிறார்கள்.

'நாங்கள் எல்லோரும் அரசுப் பள்ளியில்தான் படிக்கிறோம். ஒரே ஒரு ஆங்கில பேப்பர் மட்டுமே உண்டு' என்றாள். யாராவது ஆங்கிலத்தில் பள்ளியில் பேசினால் அவமானமாம். தாய்மொழி தவிர வேறு மொழியில் தங்களுக்குள் பேசுவதை மிக மிக அவமானமாகக் கருதுகிறார்கள்.

புதிதாக ஒரு வார்த்தை ஆங்கிலத்தில் அறிமுகப்படுத்துகிறார்கள் என்றால் உடனே பிரெஞ்சில் அவர்களுடைய அகாதமி ஃப்ரான்ஸேஸ் உருவாக்கிவிடும், அதனுடைய பாலினம் உட்பட. அதற்காக ஃபேஸ்புக்,

வாட்ஸப் மாதிரி பிராண்ட் பெயர்களையெல்லாம் மாற்றுவதில்லை. ஹிந்தியைப் போல் பிரெஞ்சிலும் எல்லா பெயர்ச்சொற்களுக்கும் பாலினம் உண்டு. கண்ணைத் திறந்து நீங்கள் பார்க்கும் எல்லா ஜடப் பொருட்களுக்கும்.

உதாரணத்துக்கு : கார் பெண்பால், வீடு பெண்பால். ஆனால் அபார்ட்மெண்ட் ஆண்பால். ஆண்கள் போடும் சட்டை பெண்பால், தாடி பெண்பால். இலை, பூ, கிளை, வேர் எல்லாம் பெண்பால், ஆனால் மரம் ஆண்பால். இப்படி யூகிக்கமுடியாதபடி பெயர்ச்சொற்களின் பாலினம் இருக்கும். இதற்கென்று எதுவும் தனியாக விதிகள் இல்லாததால் பழக்கத்தில் தெரிந்துகொள்வதுதான்.

Un அல்லது Le என்று ஒரு பொருளைக் குறிப்பிடுவதற்கு முன்னால் சொன்னால் அது ஆண்பால்.

Un livre - A book, Le Livre - The book

Une அல்லது La என்று வந்தால் அது பெண்பால்.

Une robe - A dress, La Robe- The dress

நான் பிரெஞ்ச் படிக்கும்போது பாலினத்தை ஞாபகம் வைத்துக்கொள்ள மனதில் அந்தப் பொருளுக்கு மீசை ஒட்டி விடுவேன். மீசை ஒட்டியதெல்லாம் ஆண்பால். ஒட்டாததெல்லாம் பெண்பால். அப்போதெல்லாம் மேற்கூரை, பேனா, பை, மரம் எதைப் பார்த்தாலும் மீசை தெரியும் மனக்கண்ணில்.

கொரோனா காலத்தில் எல்லா நாடுகளும் அதற்கான தடுப்பூசி கண்டுபிடிக்கும் ஆராய்ச்சியில் ஈடுபட்டிருந்தபோது, அதனுடன் இன்னொரு ஆராய்ச்சியும் நடந்து கொண்டிருந்தது பிரான்ஸில்.

கோவிட் ஆண்பாலா அல்லது பெண்பாலா என்று. ஒவ்வொரு பத்திரிகையும் ஒவ்வொரு பாலினத்தை உபயோகிக்க, கரைச்சல் தாங்காமல் அது La Covid அதாவது பெண்பால் என்று அகாதமி உறுதி செய்த பின்னரே அடங்கினார்கள்.

மொழியின் மேல் இவர்களுக்கு இருக்கும் பற்றை புரிய வைப்பது கடினம். அவர்கள் மற்ற மொழியை வெறுப்பதில்லை. தங்கள் மொழியை மிக மிக அதிகமாக நேசிக்கிறார்கள்.

***

ஒரு வழியாக தோபாந்தோ(ன்) ரயில் நிலையத்தில் இறங்கி நாங்கள் செல்ல வேண்டிய Grande Mosquée என்ற மசூதிக்கு வழி கேட்டு வந்து சேர்ந்தோம். அங்கு இருக்கும் ஹமாம் சென்று நீராவிக் குளியல் எடுக்கவே இவ்வளவு தடைகளைத் தாண்டி வந்தது. ஹமாம் உள்ளே வரவேற்பில் இருந்த பெண் அதிவேக பிரெஞ்சில் பேசினாள். 'லாக்கர்...துண்டு...சோப்...செருப்பு' என்று துண்டு துண்டாகப் புரிந்தது. 'ஆங்கிலத்தில் பேசுவீர்களா?' என்று கேட்டால், இரு கைகளையும் பக்கவாட்டில் நீட்டி உள்ளங்கைகளை மேல் நோக்கித் திருப்பி தோள்பட்டையை மேலும் கீழும் இருமுறை ஆட்டி, தலையைச் சாய்த்து 'போஃப்' (Bof) என்றாள். அதற்கு 'எனக்குத் தெரியாது' என்று அர்த்தம். இந்தியர்கள் தலையை ஆட்டுவதுபோல் இந்த 'போஃப்' சைகை பிரெஞ்சுகாரரர்களிடையே பிரசித்தம். சூழலுக்கு ஏற்ப அர்த்தம் மாறுபடும். பொதுவாக ஆர்வமின்மையையும் கருத்து வேறுபாட்டையும் குறிக்கும் சைகை.

இதுவரை நீராவிக் குளியலே எடுத்ததில்லை என்பதாலும் அதைப் பரிசாக அரவிந்த் கொடுத்ததாலும், தயக்கமிருந்தாலும் அரைமனதாக ஒத்துக் கொண்டேன்.

ஆனால் போயிருக்காவிட்டால் அருமையான அனுபவத்தை இழந்திருப்பேன்.

லாக்கரில் உடைமைகளை வைத்துவிட்டு ஷவரின் அடியில் நின்றுவிட்டு அந்த பெரிய ஹாலினுள் நுழைந்தால் ஒரே புகை மண்டலமாக ஆங்காங்கே பெண்கள் உட்கார்ந்துகொண்டு படுத்துக்கொண்டு குசுகுசுவென்று தோழிகளுடன் பேசிக்கொண்டு இருந்தனர். ஏனோ ராஜா காலத்து அந்தப்புரம் ஞாபகத்துக்கு வந்தது. ஒரு பெரிய அறையின் இருபுறங்களிலும் மேடை கட்டி விட்டிருந்தார்கள். அறையின் நடுவில் ஒரு பெரிய வட்ட வடிவ மேடை. எங்கு வேண்டுமானாலும் எந்த நிலையில் வேண்டுமானாலும் உடம்பை இருத்திக் கொள்ளலாம். உள்ளே ஒரு சிறிய அறை. அங்கே சூடான நீராவி அடர்த்தியாகப் படர்ந்திருக்கும்.பெரிய அறையில் ஆவிக் குளியல் எடுத்தபின் இன்னும் சூடான நீராவி வேண்டுமானால் அந்த சிறிய அறைக்குப் போகலாம். பக்கத்திலேயே குளிர் நீர்த்தொட்டி. ஷவரும் உண்டு. உடம்பு ரொம்பவும் கொதிப்பதுபோல் இருந்தால் நீர்த்தொட்டியில் உட்காரலாம் அல்லது ஷவரைத் திருப்பி அடியில் நிற்கலாம். இன்னும் பத்து நிமிடத்தில் கிளம்பலாம் என்று நினைக்கும்போது வரவேற்பில் தந்த ஜிப்லாக் கவரில் இருக்கும் கருப்பு சோப்பை உடல் முழுக்க தடவிக் கொள்ள வேண்டும். மறுபடி பத்து நிமிடம் நீராவியில் வெந்த பிறகு ஷவரில் அடியில் நின்று சோப்பு போக கழுவிக் கொண்டு முன் அறையில் அமர வேண்டும். பிறகு ஒரு காத்திரமான பெண்மணி நம்மைப் படுக்க வைத்து சொரசொரப்பான கையுறை மாட்டிக்கொண்டு உடம்பை தேய்ப்பார் பாருங்கள். அது மட்டும்தான் இந்த அனுபவத்தின் துக்ககரமான விஷயம். அடுத்து அந்தப் பெண்மணி ஃபோர்க்கும் கத்தியும் எடுத்து வந்து வெந்த என் உடம்பை சாப்பிடப் போகிறார் என்ற எண்ணம் ஏற்பட்டதைத் தடுக்க முடியவில்லை.

ஆனால் அந்த ஒன்றரை மணி நேரமும் அங்கிருந்த அனைவரும் உடம்பு என்கிற உணர்வில்லாமல் விட்டேற்றியாக ஒரு அத்வைதியின் மனநிலையில் இருந்தது குறிப்பிடத்தக்கது. இந்த அனுபவம் வேறு எங்கும் கிடைக்கும் என்று தோன்றவில்லை. என்றேனும் ஒரு முறை வாய்ப்புக் கிடைத்தால் ஹமாம் அனுபவத்தை விட்டுவிடக் கூடாது என்று சக பெண்களைக் கேட்டுக் கொள்கிறேன். ஆண்களை சுற்று வட்டாரத்திலேயே விட மாட்டார்கள். சாரி!

ஹமாமில் எனக்குப் பக்கத்தில் உட்கார்ந்து கொண்டிருந்த இரு இளம் பெண்களிடம் 'ஏன் ரயில் நிலையத்தில் அவர்கள் ஆங்கிலத்தில் கேட்டதற்கு பதில் சொல்லவில்லை?' என்றபோது 'எந்த ஒரு மொழியையும் சரியாகப் பேச வேண்டும் என்ற பயம் எங்களுக்கு உண்டு. நாங்கள் பிரெஞ்சில் ஏதாவது தவறிழைத்து விட்டால் எங்கள் ஆசிரியர்கள் 'உன் மொழியே தெரியாமல் வேறு என்ன கிழித்து விடப் போகிறாய் உலகத்தில்' என்று அவமானப்படுத்தி விடுவார்கள். அப்படி எங்களுக்குள் மொழியைப் பற்றிய ஒரு அச்சமும் பயமும் இருப்பதால், சரியாகப் பேசாவிட்டால் என்ன செய்வது என்ற பயத்தில் பதில் சொல்வதில்லை' என்றனர்.

நம் ஆட்களை நினைத்துக் கொண்டேன். ஏன் நம்மால் இவ்வளவு மொழிகளை பேச முடிகிறது என்பதும் தெரிந்தது. கொஞ்சம் தெரிந்தாலும் கவலையில்லாமல் பேசி மொழி அறிவை வளர்த்திக் கொள்ளும் இந்தியர்களை நினைத்து பெருமையாக இருந்தது. அதே சமயம் 'ஐ காண்ட் ரீட் டமில்' என்று பெருமையாகச் சொல்வதும் குழந்தைகளிடம் ஆங்கிலத்திலேயே பேசும் பெற்றோரை நினைத்தால் நமக்கு இன்னும் கொஞ்சம் அவமான உணர்ச்சி இருந்தால் தேவலாமோ என்றும் தோன்றுகிறது.

***

திரும்பும் வழியில் லெதிசியா என்ற மொழிபெயர்ப்பாளரை சந்தித்தேன். அவர் தமிழிலிருந்து பிரெஞ்சுக்கு மொழியாக்கம் செய்கிறார். ஷோபா சக்தியின் இச்சா நாவலை மொழிபெயர்த்து, அது INALCO விருதை வென்றது. அவரிடம் எப்படி தமிழ் கற்றுக்கொண்டீர்கள், பாண்டியில் இருந்தீர்களா என்று கேட்டேன்.

'இல்லை. சிறு வயதில் என் பக்கத்து வீட்டில் தமிழர்கள் இருந்தார்கள். என்னை அவர்களுடைய மகள் போல் பார்த்துக் கொண்டார்கள். அவர்களுக்கு கைமாறாக என்ன செய்வது என்று யோசித்து அவர்கள் மொழியைக் கற்றுக் கொள்வதைவிட அவர்களுக்குப் பெரிய பரிசு எதுவும் இருக்காதென்று நினைத்து தமிழைக் கற்றுக் கொண்டேன்' என்று பெருமிதத்துடன் சொன்னார்.

மனதெல்லாம் லேசாகி இனம் புரியாத சந்தோஷத்துடன் அங்கிருந்து கிளம்பியபோது 'ஐஸ்க்ரீம் வேண்டுமா?' என்று ஒரு கோன் ஐஸ் விற்கும் வண்டியைக் காண்பித்துக் கேட்டார்.

'சாப்பிடலாமே' என்று அருகில் சென்றோம்.

'Un boule, s'il vous plaît!' என்றேன். (ஒரு ஸ்கூப், ப்ளீஸ்)

'Une boule' என்று சிரித்துக் கொண்டே திருத்தினார் ஐஸ்க்ரீம் விற்பவர்.

*

செப்டம்பர் 30, 2024

சின்னப் பூனை ஒன்று எங்கோ கத்தும் சத்தத்தைக் கேட்டுக் கொண்டே கண்விழித்தேன். மணியைப் பார்த்தால் 5.45. கண் எரிந்தது. இன்னும் கொஞ்சம் தூங்கினால் தேவலாம்போல் இருந்தது. மாமரத்தில் நூற்றுக்கணக்கான பறவைகள் கூவிக்கொண்டிருந்தாலும், பூனையின் குரல் தனித்துக் கேட்டது. தலைமுடியை அள்ளி முடிந்துகொண்டு தூக்கக் கலக்கத்தில் தள்ளாட்டமாய் பால்கனியில் நின்று பார்த்தேன். பூனைக்குட்டி எதிர் அபார்ட்மெண்டில் இருக்கிறது போல. கியா கியாவென்று சத்தம் அதிகமாக இருந்தது. பல் தேய்த்துவிட்டு கீழிறங்கிப் பார்க்கலாம் என்று பேஸ்டை பிரஷ்ஷில் பிதுக்கிக் கொண்டிருந்தபோதே எங்கள் அபார்மெண்ட் கீழ் சத்தம். பல் தேய்த்துக்கொண்டே மறுபடி பால்கனி சென்று எட்டிப் பார்த்தால், கார் நிறுத்துமிடத்தில் சாம்பல் நிறத்தில் ஒரு குட்டி ஊரைக் கூட்டிக் கொண்டிருந்தது.

ஒன்றரை மாதக் குட்டியாக இருக்கலாம். அம்மாவை விட்டு எப்படிப் பிரிந்து வந்தது? பாவம் பசி! எவரேனும் அடித்துத் துரத்துவதற்கு முன் அதற்கு இத்தணுண்டு பாலை வைத்துவிட்டு வரலாம் என்று மனம் பரபரத்தது. வேகவேகமாக பல் தேய்த்துவிட்டு,

எனக்கும் பையனுக்குமாக கஞ்சி காய்ச்சுவதற்கு ,இரண்டு ஸ்பூன் கஞ்சிப் பொடியைப் போட்டு வேண்டுமளவு நீர் ஊற்றிக் கரைத்து அடுப்பில் சின்ன பர்னரில் தாழ்த்தி வைத்தேன். அப்புறம் சரி செய்து கொள்ளலாம் என்று எல்லாக் குப்பைகளையும் அடைக்கும் சமையலறை சிங்குக்கு கீழ் உருட்டி ஒரு காலி கிருஷ்ணா ஸ்வீட்ஸ் டப்பாவில் சிறிது பாலை ஊற்றி எடுத்துக் கொண்டு படியிறங்கினேன்.

நேற்று மதியம் கீழே விளையாடிக் கொண்டிருந்த மூன்று வாண்டுகள் இந்தப் பூனையை ஒரு கட்டப்பையில் போட்டுக்கொண்டு வந்து 'அங்கிள், பின்னாடி மரத்தில் இருந்தது. நீங்கள் வளர்க்கிறீர்களா' என்று ஷ்யாமைக் கேட்டதுகள். ஏற்கனவே இரண்டு பூனைகளையும் அவற்றைக் கொண்டு வந்த என்னையும் கஷ்டப்பட்டு வளர்த்துக் கொண்டிருப்பதால் முடியாது என்று சொல்லி அவர்களை திருப்பி அனுப்பி விட்டார் ஷ்யாம். அதே பூனைதான் இப்போது கீழே பகளம் பண்ணிக் கொண்டிருந்தது. அம்மாவிடமிருந்து பிரிந்து வந்து விட்டதா இல்லை இந்தப் பொடியன்கள் பிரித்து விட்டார்களா தெரியவில்லை.

குனிந்து மாடிப்படியின் அடியில் பார்த்தேன். தட்டுமுட்டு சாமான்கள் மத்தியில் முட்டை கண்ணை வைத்துக் கொண்டு விழித்துப் பார்த்தது டைகர். ஆமாம். மிருகங்களைப் பார்த்தவுடனே எனக்குள் ஒரு பெயர் தோன்றி விடும்.

எங்கள் வீட்டிலிருக்கும் டாட்டூவின் நாமகரணம் கூட அப்படித்தான். கொரொனா காலத்தில் ஒரு சுபயோக சுபதினத்தில் இதே போல பார்க்கிங்கில் சத்தம் கேட்க கீழிறங்கிப் பார்த்தால் எங்கள் காரினுள் இருந்துதான் சத்தம் வந்துகொண்டிருந்தது. ஆனால் பூனை எங்கிருக்கிறது என்று தெரியவில்லை. எங்கள் வாட்ச்மேன் ரவி ஒரு பக்கெட் தண்ணீரைக் கொண்டு

வந்து காரில் மேல் கொட்டினார். எங்கிருந்து வெளியே வரும் என்று காத்துக் கொண்டிருந்த எங்களுக்கு மறுபடி பூனையின் பலகீனமான குரல் மட்டுமே கேட்டது. என்ன தோன்றியதோ என்னவோ ஷ்யாம் பானெட்டைத் திறக்கவும் அங்கு நனைந்த காலிகோ பூனை ஒன்று நடுங்கிக் கொண்டு உட்கார்ந்திருந்தது. 'டாட்டூடு' என்று வாரியணைத்து பையில் போட்டுக்கொண்டு வீட்டுக்கு வந்தேன்.

அநேகமாக பத்தாவது படிக்கும்போதுதான் எனக்கு இந்த வியாதி தொற்றியிருக்க வேண்டும். பக்கத்து வீட்டு பால்காரரர் மகள் கவிதா ஒரு ஆட்டுக்குட்டியைக் கொண்டு வந்த போது 'அட, மணியா' என்றதும் அதன் பெயர் மணி ஆனது. அதன் பிறகு டாலர், ஆர்த்தி, புஸ்கி, சில்க்கு,பட்டாணி என்று பல ஜீவன்கள் எங்கள் தோட்டத்துக்கு வந்து போயின.

இந்த 'பார்த்தவுடன் ஞானஸ்நான' விஷயத்தில் ஒரே ஒரு முறை தவறு செய்துவிட்டேன். தவறென்று ஒரேடியாகச் சொல்லிவிட முடியாது. அருள்வாக்கு போல உள்ளிருந்து பீறிட்டு வரும் ஒரு சொல் எப்படித் தப்பாகிப் போகும்?

என் அக்கா மகன் ஒரு நாள் அவனுடைய சிநேகிதன் வீட்டில் நாய் மூன்று குட்டிகள் போட்டிருக்கிறது என மரக்கலர் குட்டி ஒன்றை எடுத்து வந்தான். அந்த வேளையில் சரியாக அப்பாம்மையைப் பார்க்க நான் அங்கு செல்லவேண்டும் என்று கர்மக்கணக்கில் எழுதியிருந்தது. அதைப் பார்த்தவுடன் 'சேஷாத்ரி' என்று அள்ளி கட்டிக்கொண்டேன். வழமைபோல் அது சேஷுவாகியது.

பிறிதொரு நாள் நான் அக்காள் வீட்டில் இருந்த சமயத்தில் பெரியப்பா வர, சேஷு பெருங்குரலில் குரைக்க, 'அடக்கும்மா அதை' என்றார் பெரியப்பா.

'சும்மா இருடா சேஷு' என்று நான் கத்த, சேஷாத்ரி பெரியப்பா கோபித்துக்கொண்டு வந்த வழியே திரும்பிப் போனார்.

'டைகர் வா, வா' என்று அழைத்து பாலைக் கொண்டு போய் வைத்தேன். அங்கிருந்து நகராமல் பயந்து கத்திக் கொண்டிருந்தவனை எடுத்து பால் கிண்ணத்தின் அருகில் வைத்தேன். குடிக்கவில்லை. 'ஓ, நீ பெரியிடத்து வகையறாவா' என்று கொஞ்சினேன். இந்த வகையறாக்கள் பாலைத் தொடவே தொடாது. அம்மாவிடம் குடிக்கும் பாலோடு சரி. பிறகு மீன், சிக்கன் இல்லாவிட்டால் கடையில் கிடைக்கும் பூனை உணவுகள் மட்டுமே சாப்பிடும். ஏதோ வீட்டில் வளரும் பூனை போட்டிருக்கும் குட்டியாகத்தான் இருக்க வேண்டும். எப்படி இங்கு வந்ததோ தெரியவில்லையே என்று வருத்தமாக இருந்தது. நான் தூக்கி வைத்துக் கொண்டால் அமைதியாக இருந்தது. கீழே விட்டால் அலறிற்று.

'சரி! உனக்கு விஸ்காஸ் கொண்டு வரேன். அடுப்புல வேற கஞ்சி இருக்கு' என்று அதை கீழிறக்கி விட்டு தடதடவென்று படியேறினேன். என் பின்னாலேயே நாலு படியேறிய டைகர் நாலாவது படியில் நின்றுகொண்டு விராட் விராட்டென்று கத்த ஆரம்பித்தது.

'இதோ வரேன், வரேன்' என்று அதை ஆற்றுப்படுத்திக் கொண்டே கதவைத் தள்ளினால் திறக்க முடியவில்லை. கீழே வரும் அவசரத்தில் சாவி எடுக்காது வந்து விட்டேன். ஆட்டோ லாக். ஷ்யாம் காலையில்தான் மும்பை கிளம்பிப் போனார். நானும் சின்னவனும்தான் வீட்டில். ஐயையோ! எப்பேர்ப்பட்ட ஓலத்துக்கும் எழுந்திருக்காத என் சின்னவன் எப்படி இந்த டிங் டாங்கிற்கு எழுத்திருக்கப் போகிறான் என்று பயம் பீடித்தது. பத்து முறை காலிங்பெல்லை அழுத்தியும் கதவைத் திறக்கவில்லை.

நான் கீழிறங்கும்போது மணி ஆறிருக்கும். என் பிரசித்தி பெற்ற மறதியால் வீட்டின் சாவி மொத்தம் ஆறு பேரிடம் உண்டு. என் கணவர், என் மருமகள், என் சின்ன மகன், வீட்டு வேலை செய்ய வரும் ஜானகி, அயனாவரத்தில் இருக்கும் என் தங்கை மற்றும் என்னிடம் ஒன்று. ஐந்து டூப்ளிகேட் சாவி வேண்டும் என்று சொன்னவுடனே அதிர்ந்து போனார்கள் சாவி செய்பவரும் ஷ்யாமும். 'ஏம்மா, சப்போஸ் இவங்க எல்லாரையும் ஒரு நாள் பிடிக்க முடியலைன்னு வெச்சுக்கோ, என்ன பண்ணுவ? அதனால் இன்னொரு ஜோடி எக்ஸ்ட்ராவா பண்ணச் சொல்லி கதவுலயே தொங்க விட்டுறு' என்றார். நான் கண்டுகொள்ளவில்லையே. இவருக்கு லௌகீக விஷயங்கள் ஒரு மண்ணும் தெரியாது. ஆனால் என் படு ஜாக்கிரதை முயற்சி இன்று படு தோல்வி.

எட்டரை மணிக்குத்தான் ஜானகி வருவாள். அசோக் நகரில் இருக்கும் என் மருமகள் இரவெல்லாம் வேலை செய்துவிட்டு தூங்கிக் கொண்டிருப்பாள். எழுப்புவது சரியில்லை. அயனாவரத்திலிருந்து அடையாறுக்கு என் தங்கை அனுப்புவதற்குள் ஜானகி வந்துவிடுவாள். மட்டுமில்லாமல் சொந்தம் முழுவதுக்கும் வாய்க்கு அவல் கிடைத்துவிடும். இரண்டரை மணி நேரம் இந்த அழுக்கு நைட்டியோடு வாசலில் உட்கார வேண்டுமா? எதிர்த்த வீட்டில் வயதான ஜோடி. நன்றாகத் தூங்கிக் கொண்டிருப்பார்கள். அவர்களை எழுப்பினாலும் சின்னவனின் போன் நம்பர் இன்னும் மனப்பாடமாகவில்லை.

ஒன்பது மணிக்கு ஆபீஸுக்குக் கிளம்ப வேண்டும், சமைக்க வேண்டும். அட பகவானே! அடுப்பில் கஞ்சி. கஞ்சி பொங்கிக் கொட்டி அடுப்பு அணைந்து போனால்? இரண்டு மணி நேரம் காஸ் வீடு முழுக்கப் பரவி... சின்னவன் எழுந்து லைட் சுவிட்சைப் போட்டால்... வியர்த்து நைட்டி உடம்போடு ஒட்டியது. ஆண்டவா,

பூனைக்குப் பரிதாபப்பட்டது ஒரு குற்றமா?

மறுபடி காலிங்பெல்லை அடித்தேன். முன்பொரு முறை விடாமல் அடித்து மணி செயலிழந்து விட்டதால் விட்டு விட்டு அடித்தேன். அவன் எழுந்து வரும் சந்தடியே இல்லை. சற்று அடங்கியிருந்த டைகர் மறுபடி குரலை உயர்ந்த ஆரம்பித்தது. இப்போது டைகரின் பசி, என் அழுக்கு நைட்டி எல்லாம் மறந்து போய் அடுப்பில் வைத்திருந்த கஞ்சி மட்டுமே பூதாகர கவலையாகியது.

சரி, கீழே இறங்கி எதிர்ப்படுவோரிடம் போனை வாங்கி ஷ்யாமைக் கூப்பிட்டு சின்னவனுக்கு போன் அடிக்கச் சொல்லலாம் என்று நினைத்தபோது, யாரோ படியேறி வரும் சத்தம் கேட்டது. சரி, வருபவர் யாராயினும் உதவி கேட்கலாம் என்று முடிவு செய்தேன்.

மேலே ஏறி வந்தது பேப்பர் போடும் பையன். ஆறடி உயரத்தில் இருப்பான். என் பெரிய மகன் வயதிருக்கும். வாசலில் கோலம் போடும்போது, யோகா கிளாஸ் செல்லும் போது என சில முறை அவனைப் பார்த்திருக்கிறேன். பையன் வயதுதானே என்று முதல் முறை பார்த்தபோது ஸ்நேகபூர்வமாக சிரித்தேன். அவனைப் பார்த்து இதுவரை எந்தப் பெண்ணும் சிரித்ததில்லையோ என்னவோ அல்லது என்னைப் பற்றி என்ன நினைத்துக்கொண்டானோ அன்றிலிருந்து எப்போது என்னைப் பார்த்தாலும் 'குட் மார்னிங்' சொல்லி விட்டு ஏதோ பேச முயற்சிப்பான். சட்டென்று அவனைப் பிடிக்காமல் போயிற்று. இவன் ஏதோ சரியில்லை என்று மூளைக்குள் மணியடித்தது.

அடுப்பில் கஞ்சி...

கீழே டைகரின் அலறல்...

பேப்பர் பையன்...

ரவி வேலையை விட்டுப் போன பின் எங்கள் அபார்ட்மெண்டுக்கு சரியானபடி காவலாளி கிடையாது. வாட்ச்மேன் என்று சொல்லிக் கொண்டு எங்கள் அபார்ட்மெண்டில் வளைய வந்துகொண்டிருக்கும் ஒரு ஜீவன் அடிக்கடி தன் ஊருக்குப் போய்விடும் அல்லது இங்கிருந்தாலும் முழு போதையில் பாதி நாட்கள் இருக்கும். இருப்பது நாலே வீடு.

என் மருமகள் அடிக்கடி சொல்வாள்,

'ஆண்ட்டி, நீங்க பால்கனில ஒண்ணு, வாசல்ல ஒண்ணுன்னு இரண்டு கேமரா பொருத்துங்க. எப்பவும் நல்லது' என்று.

'செய்யணும்' என்று தள்ளிப் போட்டுக்கொண்டே இருக்கிறேன்.

பல்லைக் காட்டிக்கொண்டே பேப்பர் பையன் என்னிடம் பேப்பரைக் கொடுத்தான். நான் பதட்டமாக இருப்பதை அவன் கண்டுகொண்டான்.

'என்ன ஆச்சு மேடம்' என்றான்.

வீட்டுக்கு வெளியில் என்னை நானே பூட்டிக்கொண்டு விட்டேன் என்று அவனுக்குத் தெரியக் கூடாது என்று நினைத்தேன்.

'ஒண்ணுமில்லப்பா, பூனை கத்துது பாருங்க. அதுக்கு பால் எடுத்து வந்தேன். பட்டினப்பாக்கம் வழியா போனீங்கன்னா அந்தப் பூனையை அங்க விட்டுடறீங்களா? எப்படியோ பிழைச்சுக்கும்' என்று அவனுக்கு பூனை காட்டும் சாக்கில் அவனை சீக்கிரம் கீழே இறக்கலாம் என்று நினைத்தேன்.

ஒருவர் மட்டுமே இறங்க சாத்தியப்படும் குறுகலான படிக்கட்டு. நாலு வீடுதான் என்பதால் லிஃப்ட் இல்லை. எதிர் வீட்டுக்கும் எங்களுக்கும் இருக்கும் இடைவெளி கம்மி. ஐந்து புள்ளி ஐந்து வரிசைக் கோலம் இருவரும் போட்டால் நடுவில் ஒரு ஆள் நிற்க இடமிருக்கும். அங்கு அவன் நின்று கொண்டிருந்தது சங்கடமாக இருந்தது.

'இல்லங்க, நான் பேப்பர வச்சுகிட்டு பூனையை எடுத்துப் போக முடியாது' என்று சொல்லிவிட்டு கீழிறங்க யத்தனித்தான்.

பெருமூச்சுடன், சின்னவன் மேல் அதி பயங்கர கோபத்துடன், மறுபடி மணி அடித்தேன். ஐந்து முறை தொடர்ந்து அடித்துவிட்டு தரையைப் பார்த்துக்கொண்டு நின்றிருந்தேன்.

'மேடம்' என்ற குரல் கேட்டு திடுக்கிட்டுத் திரும்பினேன். பேப்பர் பையன். இவன் இன்னும் போகவில்லையா? கதவு திறக்காததைப் பார்த்துக் கொண்டிருந்திருக்கிறான். அடி வயிற்றிலிருந்து பயம் பீறிட்டது.

'வண்டி ஓட்டிகிட்டு வரும்போது கண்ணுல ஏதோ விழுந்துட்டது. என்னன்னு பாக்கறீங்களா' என்று இடது கண்ணின் ரப்பையை இழுத்துப் பிடித்துக்கொண்டு என் பக்கத்தில் வந்தான்.

சிறிது நேரத்துக்கு முன்பு வரை சரியாகத்தானே இருந்தான்? எனக்கு பயத்தில் பேச்சு வரவில்லை. அவன் ஆகிருதிக்கு முன் நான் சுண்டெலி. ஆறடிக்கு முன் ஐந்தடி எம்மாத்திரம்! அவன் ஏதாவது என்னை செய்தால் கூட கேட்பதற்கு நாதியில்லை. கேமரா பொருத்தச் சொன்னாளே குட்டி, கேட்காமல் விட்டுவிட்டேனே. இவன் என்னை ஏதாவது செய்து விட்டால்? நான் ஒத்துழைக்கவில்லையென்றோ, கத்துவேன் என்றோ

என்னைக் கொன்று போட்டால்? அவன் ஒரு கைக்குள் என் கழுத்து சுலபமாக அடங்கி விடும். என்ன நடந்தது என்று யாருக்கும் தெரியாமல் போய் விடும்.

அதை விட, சின்னவன் பத்து மணிக்கு எழுந்து லைட்டைப் போட்டால்... பூனைப் பசியை அடக்க நினைத்த எனக்கு இப்படி ஒரு முடிவா? ஒரு சின்னத் தவறால் என் குடும்பமே அழியப் போகிறதே. ஆண்டவா! எங்களைக் காப்பாற்று!

பேப்பர் பையன் பக்கத்தில் வந்தான்.

'மேடம், பாருங்களேன்.'

அவன் வியர்வை வாடை குமட்டியது.

மியாவ், மியாவ், மியாவ்...

திரும்பாமலே கையை மட்டும் பின்னுக்குக் கொண்டு போய் காலிங்பெல்லை நான்கைந்து முறை அடித்தேன்.

அவன் கெட்ட எண்ணத்தோடுதான் பக்கத்தில் வருகிறான் என்று சர்வ நிச்சயமாகத் தெரிந்தது. இன்னும் சரியாக விடிந்திருக்கவில்லை.

'இல்லப்பா, இந்த வெளிச்சத்துல ஒண்ணும் தெரியாது' என்று முனகினேன். தொடை நடுங்க ஆரம்பித்தது.

'போடா அங்கிட்டு. உன் அம்மாவிடம் ஊதச் சொல்' என்று கத்தவேண்டும் என நினைத்தாலும் ஏதாவது செய்து விடுவானோ என்ற பயம் தடுத்தது.

சுற்றிலும் பார்த்தேன். ஒரு குச்சி கூட இல்லை. எதிர் வீட்டின் காலிங்பெல் பக்கம் போக முடியாதவாறு அடைத்து நின்று கொண்டிருக்கிறான்.

'பரவால்ல, பாருங்க' என்று இன்னும் அருகில் வந்தான். நான் பின்னகர்ந்து போய் வீட்டுக் கதவோடு ஒட்டிக் கொண்டேன். என்னைத் தொட்டால் வலது கால் முட்டியை வேகமாக ஓங்கி விடலாமா, வேலைக்காகுமா என்று கணக்குப் போட்டேன்.

இப்படி ஒருத்தியைக் கலவரப்படுத்துவதும் வன்புணர்ச்சிக்கு சமானம் இல்லையா?

இன்றைக்கு என்ன தேதி, செப்டம்பர் 30. என் கடைசி நாளாக இது இருக்குமோ? பரவாயில்லை. ஆனால் என் குழந்தைக்கு இது கடைசி நாளாகாமல் காப்பாற்று ஆண்டவா என்று நினைத்தபடி அவன் தொட்டால் பதிலடி கொடுக்கத் தயாராக தைரியத்தை வரவழைத்துக் கொண்டு,

'பக்கத்துல வராத, தள்ளிப் போ' என்று சீறி ஒரு அடி முன்னால் வைத்தேன். அவன் இதை எதிர்பார்க்காது ஒரு அடி பின்னால் நகர்ந்தான்.

'என்ன மேடம், நான் என்ன செஞ்சேன். ஒரு சின்ன உதவி தான கேட்டேன். இதுக்குப் போய் கோவப்படுறீங்க' என்று சொல்லிவிட்டுக் கீழிறங்கினான்.

நெஞ்சைப் பிடித்துக்கொண்டு படிக்கட்டில் உட்கார்ந்தேன். உட்கார்ந்த மாத்திரத்தில் மியாவ் மியாவ் என்று வித்தியாசமாக பெருங்குரலில் டைகர் கத்த, எழுந்து வேகமாகப் படியிறங்கிப் பார்த்தால் காம்பவுண்டு சுவரின் கீழ் சுருண்டு விழுந்து கிடந்தது.

'ஒண்ணுமில்ல வழில இருந்தது. அதனால் உதைச்சேன்' என்றபடி சிரித்துக்கொண்டு போனான் பேப்பர் பையன்.

மேலே கதவு திறக்கும் சத்தம் கேட்டது. தாவி படியேறினேன்.

‘அம்மா, இந்த நேரத்துல வெளில என்ன பண்ற’ என்ற சின்னவனின் கேள்வியை உதாசீனம் செய்து, அவனைத் தள்ளிக் கொண்டு சமையலறைக்குள் ஓடி அடுப்பை அணைத்து, அப்படியே அலமந்து கீழே உட்கார்ந்து கடிகாரத்தைப் பார்த்தேன்.

மணி 6.17.

*

ஆசிரியர் குறிப்பு

காயத்ரி ஆர். திருப்பூரில் பிறந்து உடுமலைப்பேட்டையில் வளர்ந்தவர். D Pharm படித்தபின் அதில் நாட்டமின்றி ஆங்கில இலக்கியம் பயின்றார். பின் சென்னை பல்கலைகழகத்தில் பிரெஞ்சு இலக்கியத்தில் முதுகலைப் பட்டமும் MPhil பட்டமும் பெற்றார். சென்னையின் புகழ் பெற்ற கல்லூரியான ஸ்டெல்லா மாரிஸ் கல்லூரியில் பேராசிரியையாக ஆறு வருடங்கள் பணியாற்றிவிட்டு, திரு. ராம்ஜீ நரசிம்மனுடன் சேர்ந்து ஸீரோ டிகிரி பப்ளிஷிங்கை 2018ஆம் வருடம் நிறுவினார்.

கணவர், இரண்டு மகன்கள், மருமகளுடனும் மற்றும் டாட்டூ, குண்டூசி என்ற நாமகரணம் கொண்ட இரு பூனைகளுடனும் சென்னையில் வசித்து வருகிறார்.

www.ingramcontent.com/pod-product-compliance
Lightning Source LLC
LaVergne TN
LVHW060145051026
849517LV00007B/2563
* 9 7 8 9 3 9 5 4 7 3 4 9 1 *